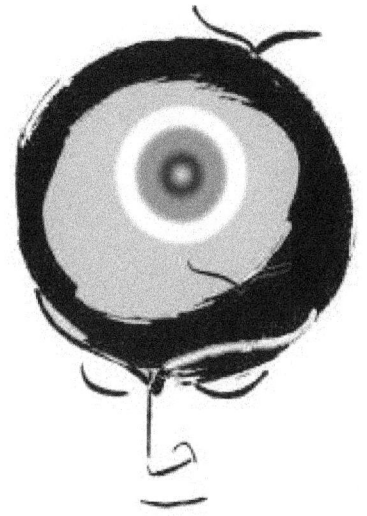

मृत्यू
जगलेला
माणूस

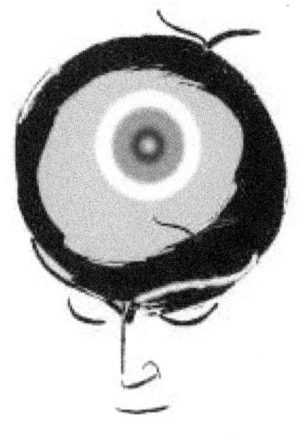

मृत्यू जगलेला माणूस

रेखा बैजल

दिलीपराज प्रकाशन प्रा. लि.
२५१ क, शनिवार पेठ, पुणे - ४११०३०.

■ मृत्यू जगलेला माणूस
  Mrutu Jaglela Manus

■ प्रकाशक
  राजीव दत्तात्रय बर्वे
  मॅनेजिंग डायरेक्टर,
  दिलीपराज प्रकाशन प्रा. लि.,
  २५१ क, शनिवार पेठ, पुणे - ४११०३०.

■ © रेखा बैजल
  'शब्द' आयकर कॉलनी
  जालना - ४३१२०३

■ प्रथमावृत्ती- १५ जून २०१०

  प्रकाशन क्रमांक- १७२३

■ ISBN - 978-81-7294-798-9

■ टाइपसेटिंग
  पितृछाया मुद्रणालय
  ९०९ रविवार पेठ,
  पुणे - ४११००२.

■ मुखपृष्ठ-रवि मुकुल

■ website: www.Diliprajprakashan.com
■ Email: diliprajprakashan@yahoo.in

चि. प्रणव व सौ. पूजा

वडाच्या पारंब्यांनी जमिनीत खोल जात,
आपलं अस्तित्व आणि ओळख फुलवून
आणायचं असतं आणि जुन्या झाडाच्या
अस्तित्वाला आधारही द्यायचा असतो.

- तुमची
आई

इच्छामरण

अत्यंत प्राचीन संकल्पना. जिला कधी समाधी असंही नाव दिलं गेलं. मोठ्या ज्ञानी, संयमी माहात्म्यांनी घेतली ती समाधी. जशी राम लक्ष्मणांनी शरयू, नदीत घेतली, भीष्मांनी शरशय्येवर घेतली, ज्ञानेश्वर आणि भावंडांनी संजीवन समाधी म्हणजे योग सामर्थ्यानं ऊर्ध्व प्राण गमन केलं. ह्या शतकातलं उदाहरण म्हणजे स्वातंत्र्यवीर सावरकर.

ह्या खेरीज सर्वसाधारण माणूस स्वतःचा विकास साधत, तर कधी रोगांना, वेदनांना कंटाळून जगण्यापेक्षा मृत्यूचा पर्याय चांगला वाटतो म्हणून मरण जवळ करणं म्हणजे इच्छामरण.

आत्महत्या आणि इच्छामरणात फरक आहे. आत्महत्येत पलायन आहे. इच्छामरणात सामोरं जाणं आहे– एक एक श्वास विझवत.

जैन धर्मात संथारा (इच्छामरण) ह्या कल्पनेला मान्यता आहे. संथारा हे पाप नाही. कारण संथाऱ्याचे काही नियम आहेत. संथारा घेणाऱ्याचं वय, त्याची निष्क्रियता, मानसिक तयारी, कार्यक्षमता, वृद्धापकाळानं संपणं, असाध्य रोग ही संथाऱ्याची कारणं आहेत. अशा व्यक्तीनं अन्न पाणी हळूहळू सोडत प्रायोपवेशन करत, शांतपणे, समाधानाने मृत्यू ह्या अटळ घटनेला सामोरं जावं हे अपेक्षित आहे. शेवटी क्षमाशील होणं, मन सगळ्यातून मुक्त होणं आवश्यक आहे.

आणि खरोखरच ह्या अवस्थेला शेवटी का होईना पोहोचलेला माणूस परमयोग्याच्या पदालाच पोहोचला असतो.

पण ह्या सगळ्यात पहिली अट अशी की तुम्ही जीवन जगला आहात

का? जो जीवन जगतो त्याचंच मरणही अर्थपूर्ण असतं. आणि जीवन जगणं म्हणजे काय? फार काही नाही, आपल्या माणसांवर, परिसरावर, विश्वावर भरभरून प्रेम करणं, खरेपणानं राहणं, आत्मग्लानी येईल असं कृत्य न करणं, स्वतःच्या मनातल्या न्यायालयात आपली मान उंचावली गेली पाहिजे.

नाहीतर मनावर अपरिमित बोजा घेऊन जगण्याचा थकवा येऊ शकतो. आपले अपराध, मनाच्या टोचण्या, आपला वाईट स्वभाव (आपला स्वभाव कसा हे ज्याचं त्याला बरोबर कळतं.) आपल्याला मृत्यूच्या प्रदेशात विनाकारण ढकलू पाहतात. निदान मरताना तरी जगतानाचं ओझं बाजूला टाकायला हवं.

... हे सगळं म्हणजे 'मृत्यू जगलेला माणूस' जो स्वतःचा अहंगंड मारून टाकतो आणि मुक्तात्मा होऊन उरलेलं आयुष्य जगतो.

अप्पांसारखी एक व्यक्ती– जी तुसडेपणाने जीवन जगली... हातून घडलेले काही गुन्हे... हो गुन्हेच, चुका नाही. त्यांचा स्वभाव बदलवतात. मनाचे झरे आटतात, अशा व्यक्तीला वैतागून अवेळी जीवन संपवावं वाटतं. जीवन सिंदबादाच्या म्हाताऱ्यासारखं मनाच्या मानगुटीवर बसतं. म्हणून जीवनच फेकून द्यावंसं वाटतं. पण जेव्हा स्वतःच्या अपराधाचं प्रायश्चित केलं जातं, तेव्हा आजवर न फुटलेले झरे मनाला फुटतात आणि सत्तराव्या वर्षी आयुष्याच्या प्रेमात पडून जगावसं वाटतं.

हे ओझं प्रत्येकानं टाकून दिलं, तर जीवनात आनंद भरून राहील. म्हणून हा विचार ह्या कादंबरीच्या रूपानं वाचकांपुढे मांडला आहे.

लेखिका असूनही स्त्रीवादी नसलेलं पण वेगळं लिखाण मी आजवर वाचकांना देत आले आणि ते वाचकांना आवडलंही. हा जीवनानुभवही वाचकांना आवडेल ह्या विश्वासासह......

-रेखा बैजल

त्यांचं बोलणं संपलं आणि त्यांच्या पलंगाभोवती त्यांचेच रक्तांश असलेल्या व्यक्ती दचकल्या. विनायकराव असं काही बोलतील... असा काही विचार करतील, हे त्यांना वाटलंही नव्हतं.

"अप्पा— हे काहीतरी काय बोलता तुम्ही! तुम्ही काही एवढे आजारी नाहीत." सुधांशू म्हणाला.

कविता— त्यांची सून थोडी गोंधळली होती. आपले सासरे असं काही विचित्र बोलतील, असं तिला वाटलं नव्हतं.

क्षणभर सगळेच गप्प होते. अप्पांनी निग्रहानं डोळे गच्च मिटले होते. त्यांना हे समोरचे चेहरे डोळ्यांपुढून पुसून टाकायचे होते. वर्षानुवर्षं एक नाणं चलनात असावं आणि हळूहळू त्याच्यावरचा छाप घासला जाऊन पुसट व्हावा... ते नाणं बाद व्हावं, पण त्याचा खणखणाट मात्र येत राहावा; तसं आपलं झालं आहे, हे त्यांनी ओळखलं होतं. आपल्या दृष्टीनं काहीही असो; पण व्यवहारात आपण आता संपलो आहोत ह्याची जाणीव त्यांना झाली होती.

घड्याळाचा सेकंद काटा मोठा पायरव करत चालला होता.

मृत्यू जगलेला माणूस

कविता किंचित सावरली. तिनं अप्पांकडे पाहिलं. जणू ती त्यांच्या अस्तित्वामागे असलेली भूतकाळाची अदृश्य रेषा पाहत होती. अप्पांचं मूल्यमापन करत होती. अप्पांचा हट्टी स्वभाव त्यांच्या परिचयाचा होता. आणि तो हट्टी स्वभाव ह्या

मृत्यू जगलेला माणूस ● ९

निर्णयाच्या बाबतीतही त्यांनी अंमलात आणला तर..! सासऱ्याबद्दल फारशी आस्था नसूनही ती शहारली. तिच्या मनाच्या तळकाठाचा मृदू भाग वर आला. एक जिवंत, श्वासोच्छ्वास करणारी, बोलणारी व्यक्ती समोर झोपली आहे आणि ती एक धक्कादायक निर्णय आपल्याला सांगते आहे, हे जाणवून तिचे डोळे ओले झाले.

"अप्पा, आमच्याकडून काही चुकलं का?"

तिनं अश्रू पुसत विचारलं.

अप्पांनी तिच्याकडे पाहिलं आणि अत्यंत कडवटपणाने हसले. सकाळी उठून आपल्याला दूध देताना जाणीवपूर्वक लहानात लहान कप देणारी ही सून! ही कशाला डोळे भिजवतेय? बायकांचं काय, पापण्या दाबल्या की अश्रू बाहेर पडतात! जन्मभर अशाच एका स्त्रीसोबत आपण संसार केला. काहीसा अनिच्छेनं. पण अनिच्छेनं संसार करूनही तीन मुलं झालीच. स्वत:बद्दलच्या विशादानं ते हसू अधिकच कडवट झालं.

"उगीच डोळे ओले करू नकोस कविता. ही नाटकं मी ओळखतो."

त्यांचे ते शब्द ऐकल्या क्षणी कविताच्या डोळ्यांतले अश्रू जणू परत आपल्या जागी गेले.

संतापानं तिचा चेहरा ताणला गेला. फक्त तो संताप तिनं शब्दांतून व्यक्त केला नाही, एवढंच. मात्र, ती झटक्यानं खोलीतून बाहेर पडली.

सुधांशूही चिडला.

"अप्पा, प्रत्येक वेळी वाकडं का बोलता? आम्हाला तुमच्याबद्दल काही वाटतं, म्हणूनच ना आम्ही तुम्हाला परावृत्त करतो आहोत?"

"मी माझा निर्णय सांगितला आहे. मला आता कुणाचाही विचार करायचा नाही आणि कुणी माझाही विचार करू नये. मी इच्छामरण स्वीकारणार आहे."

"अप्पा, तुम्ही काही बिछान्यावर खिळले नाहीत, की असाध्य रोगानं पछाडले नाहीत. कशाकरता हे इच्छामरण?"

"मी ठरवलंय म्हणून. ते बिछान्यावर लोळागोळा होऊन पडणं मला नको आहे म्हणून. आणि माझं करताना तुमच्या चेहऱ्यावरची किळस मला पाहायची नाहीये. अन्नीच्या वेळी मी सगळं पाहिलंय."

"हो, अन्नीच्या वेळी सगळं पाहिलंय तुम्ही. तुम्हीसुद्धा किती किळसले होतात तेव्हा. तुमची बायको असूनही..."

"हो, किळसलो होतो. तो लोळागोळा देह, त्याचं मलमूत्र... घरातला वास... किळसलो मी. आणि ती वेळ माझ्यावर आणि तुमच्यावर येऊ नाही, असं वाटतंय. ठीक?... आता मला पडू दे."

त्यांनी सुधांशूला खोलीबाहेरच काढलं.

कविता खिडकीशी उभी होती. समोरच्या वस्तुमात्रांच्या आरपार तिची दृष्टी जात होती. सुधांशूनं तिच्या खांद्यावर हात ठेवला.

तिनं ओठ गच्च दाबले. पण अखेर शब्द बाहेर पडलेच—

"किती टाकून बोलतात ते. किती झालं तरी माझे सासरे आहेत ते. पतीचे वडील. फार नाही तरी थोडं का होईना, पण प्रेम असतंच की हो मनात. 'नाटक' म्हणे!"

"जाऊ दे. तू विचार करू नकोस. त्यांचा स्वभाव माहिती आहे ना तुला? आधीपासून ते असेच आहेत. लोकांना तोडून, तुसड्यासारखं बोलण्यात त्यांना आनंद वाटतो. लेट हिम एंजॉय दॅट प्लेझर."

"अहो, पण कसं वाटेल त्यांना हळूहळू जाताना पाहून? अन्नपाणी सोडून, ते बिछान्यावर अधिकाधिक खिळत जातील. आपण त्यांना जाताना पाहत असू, पण काही करू शकणार नाही. अवेळी दिवा चरचरला तर त्यात आपण तेल घालतो; आणि ह्यांचं तेल संपताना पाहायचं? आय जस्ट कान्ट इमॅजिन. त्यांना थोडं समजावून सांगा ना!"

"ते ऐकतील?..."

"..."

"हे बघ, जे-घडेल ते-ते आपल्याला पाहावंच लागेल. पण मी आधी अनिरुद्धला फोन लावतो. त्याला कळवणं आवश्यक आहे; नाहीतर म्हणेल... जाऊ दे. हे काळे कोळसेच आपल्या नशिबात का असावेत?"

सगळी नातीच कोळशानं लिहिली गेली असावीत की काय? अप्पांना आपल्याबद्दल विश्वास वाटू नये... त्यांचं आपण स्वत: नाही केलं, तरी आपण नर्स लावू शकतो. तेवढं तर जमेल आपल्याला. ती मनाशी विचार करत होती. पण स्वत:च्या बायकोवरही प्रेम करू न शकणारे अप्पा इतरांवरही

प्रेम करू शकले नाहीत. त्यांच्यात आणि इतरांमध्ये एक अंतर सतत कायम राहिलं होतं. आपल्यासाठी कुणी झटू शकतं, हे त्यांना पटणारं नव्हतं.

सुधांशू बाहेर येऊन बसला. त्याचा चेहरा विचारमग्न होता.

''सुधांशू, अनिरुद्धला फोन करता का? हा प्रसंग एकट्यानं सामोरं जायचा नाहीये.'' — कविता

''हं..'' तो फोनकडे वळाला. अनिरुद्दला फोन लावला.

''हॅलो, अनिरुद्ध...''

''बोल...''

''तू आणि मुग्धा येऊ शकशील? अगदी लगेच?''

''का रे... काय झालं?....''

''अप्पांनी... एक काम कर. तू लगेच ये, मग प्रत्यक्षातच सांगतो.''

''त्यांची तब्येत बरी आहे ना?...''

''हो, नेहमीसारखीच...''

''बरं... येतो मी...'' अनिरुद्ध म्हणाला.

सुधांशूच्या घरचा फोन म्हटल्यावर मुग्धाही सतर्क झाली होती.

''काय झालं?...''

''काही माहिती नाही. अप्पांबद्धल काही सांगत होता आणि सांगता-सांगता गप्प बसला. पण काही तरी गंभीर असावं. चलतेस तू?...''

''हो. खूप दिवसांत कवितालाही भेटले नाही, आणि आता तुमचे पिताश्री नवं नाटक काय करताहेत, तेही बघू या.'' अनिरुद्धनं नाराजीनं तिच्याकडे पाहिलं.

''तू त्यांच्याबद्धल जरा बरं बोलू शकत नाहीस का?...''

''नाही. त्यांनी माझे एवढे अपमान केले आहेत, की मी ते विसरू शकत नाही.''

''ते सगळ्यांशीच तसंच बोलतात. तो त्यांचा स्वभावच आहे.''

''तुम्ही ते सहन करू शकता. मी नाही करू शकत.''

हा एक नेहमीचाच संवाद पार पडला.

''स्वत:खेरीज तुमचे वडील कुणाचाही विचार करू शकत नाहीत. प्रत्यक्ष पोटच्या मुलाचा नाही, तर आम्ही सुनाच आहोत!''

अनिरुद्धच्या चेहऱ्यावरची नाराजी थोडी कमी झाली. कारण मुग्धा जे म्हणत होती, त्यात खोटं काहीच नव्हतं. ती अप्पांचा स्वभाव बरोबर शब्दांत मांडत होती.

ते दोघंही सुधांशूकडे निघाले.

***

अप्पांचं म्हणणं सुधांशूनं अनिरुद्धला सांगितलं.

अनिरुद्ध आणि मुग्धालाही ऐकून धक्का बसला.

''बाप रे! हे काय मागणं!''

''तेच तर ना! अशा तऱ्हेनं त्यांनी मरण स्वीकारावं, असं वाटत नाही.'' कविता म्हणाली.

मुग्धा मात्र विचारात होती.

''एक सांगू...? त्यांच्या ह्या निर्णयावर फार भावनावश होऊन विचार करू नका. अप्पा भरपूर जगले आहेत. आणि त्यांना मरण स्वीकारावंसं वाटतंय.'' मुग्धा म्हणाली.

''तू म्हणतेस तेवढं सोपं नाहीये मुग्धा ते...'' सुधांशू म्हणाला. ''भावनावश व्हायचं नाही, हे कसं शक्य आहे? वडील आहेत ते, आमचे जन्मदाते. आमच्याजवळ ते राहतात. त्यांचा स्वभाव तर तुला माहिती आहे; पण तरी कवितालाही तो निर्णय योग्य वाटत नाहीये.''

''त्यांचा स्वभाव माहिती आहे म्हणूनच म्हणतेय. ते नेहमी तिरसटासारखे वागले. कुणालाही त्यांनी फार जवळ येऊ दिलं नाही. अशा माणसाला मृत्यूच्या वेळीही आपल्याजवळ कुणी यावं किंवा आपलं कुणी करावं, असं वाटत नसणार. जीवन कसं जगायचं, हा त्यांचा चॉईस होता; म्हणून कसं मरावं, हादेखील त्यांचाच चॉईस असणार.''

''तू काहीही म्हणत मुग्धा; पण त्यांना असं मरण्यासाठी वाऱ्यावर सोडून द्यावंसं वाटत नाही. आणि त्यांची प्रकृती एवढी काही बिघडली नाहीये. वयोमानापरत्वे येणारी काही दुखणी आली आहेत, एवढंच. बाकी ते धडधाकट नसले तरी ॲक्टिव्ह आहेत.'' सुधांशू म्हणाला.

''मी स्वत:ला त्यांच्या जागी ठेवून विचार करते आहे. किती अवघड आहे आयुष्य विसरायचं आणि मरणाला जवळ करायचं! एका अंधाऱ्या

पोकळीत... काहीही नसण्याच्या स्थितीत... आजवरचं जगणं सोडून, जीवन सोडून... खरंच फार अवघड आहे. ज्या घटनेला आपण आयुष्यभर घाबरतो, ती घटना आपण ओढावून घ्यायची, हे एवढं सोपं नाहीये. ते कोणत्या मन:स्थितीतून जात असतील? त्यांचा स्वभाव तुसडा आहे, चिडका आहे... पण ते कसेही असले तरी माणूस आहेत. आणि कुणावर नसलं तरी त्यांचं स्वत:वर प्रेम आहे.''

कविताचं बोलणंही खरंच होतं. ते चौघंही सोफ्यावर बसले होते— एका अस्वस्थ शांततेचा अनुभव घेत.

विनायकरावांच्या खोलीत जायचं धाडस अनिरुद्धला होत नव्हतं. अखेर मुग्धा उठली.

''चला, आपण त्यांना भेटून तरी येऊ.''

जड पावलांनीच अनिरुद्ध उठला.

खोलीत विनायकराव पलंगावर पाय पसरून शांतसे बसले होते. डोकं भिंतीला टेकवलेलं. डोळे मिटलेले. पायरवानं त्यांनी डोळे उघडले. क्षणभर दोघांकडे पाहिलं आणि पुन्हा डोळे बंद केले. एवढीच काय ती प्रतिक्रिया.

''अप्पा...'' अनिरुद्ध त्यांच्या जवळ बसत म्हणाला.

''हं—'' एक हुंकार खोलवरून आला.

आता यापुढे काय बोलायचं!

मुग्धा पुढे आली.

''अप्पा, तब्येत कशी आहे तुमची?...'' त्यांनी तिच्याकडे पाहिलं. 'वेळोवेळी त्यांच्या तुसड्या, तिरसट स्वभावाविरुद्ध बंड करणारी ही सून. स्वत:चा अहं जपणारी. भुसभुशीत जमिनीत खोलवर मुळागत न जाता जमिनीवर ताठपणे असणारी, स्वत:च्या व्यक्तिमत्त्वाभोवती स्वत:चाच कोष... स्वत:चंच कुंपण घालून असणारी... खूपशी आपल्याच सारखी..!' अप्पा क्षणभर विचार करत होते... 'फक्त ती आपल्यासारखी तिरसट नव्हती, एवढंच. तिचं आणि आपलं पटलं नाही. उत्तराला उत्तर पुढे येऊ लागलं. अखेर अनिरुद्धनं वेगळं घर थाटलं.'

''सुधांशूनं तुम्हाला सांगितलं असेलच.''

''हो अप्पा. म्हणून तर तातडीनं आलोत. असं काही करू नका.

जन्म-मरण आपल्या हाती नसतं...''

"हे चूक आहे. जन्म आपल्या हाती नसतो; पण मरण मात्र असतं. आणि ते मला माझ्या हाती ठेवायचं आहे. त्यामधे कुणीही इंटरफिअर करू नये...'' अप्पांनी स्पष्ट सांगितलं.

"पण अप्पा, तुमची प्रकृती बरी आहे.''

"ती तशीच असावी, ही इच्छा आहे.''

"पण तुमचा हा निर्णय आम्हाला क्लेशकारी आहे.''

"आम्हाला म्हणजे कुणाला? तुला आणि ह्या मुग्धालाही?''

नांगीतला डंख अजून कायम होता.

"तुम्हीही किती तरी क्लेशकारी वागलात. वेगळं राहिलात. मी तेव्हा काही तक्रार केली? वेगळं राहू नका म्हटलं?...''

"का नाही म्हटलंत अप्पा? तक्रार केली असती, 'जाऊ नका' म्हटलं असतं, तर राहिलोही असतो. पण तुम्हीच अंतर निर्माण करत गेलात.'' मुग्धा आवेगानं बोलली. अनिरुद्ध चकित होऊन पाहत राहिला.

"ही नाटकी भाषा माझ्यासमोर...''

"तेच तर अप्पा! तुम्हाला इतरांचं सर्व नाटकी वाटतं. इतरांचं प्रेम, दु:ख, कटू बोलण्यानं अपमानित होणं, हे सगळं कृत्रिम नसतं. माझं जाऊ द्या. मी थोडी कोरडी असेन. पण कविता? ती तर तुम्हाला धरून आहे?''

"हो. मी बरा आहे तोपर्यंत. उद्या माझं हगणं-मुतणं काढावं लागलं की...''

"असं होईल, असं का गृहीत धरता तुम्ही?''

"बरं, असं नाही तर ऑक्सिजनवर ठेवतील, रेस्पिरेटरवर शरीर तगेल... कदाचित अर्धांगवायू... काही ना काही होऊन, कशानं तरी शरीर जाणार. त्यापेक्षा आपणच शरीराबाहेर पडायचं ठरवलंय मी. आणि यात कुणीही मोडता घालू शकणार नाही. तसा कुणी प्रयत्नही करू नये.''

अप्पांनी डाळे मिटले. 'माझं बोलणं संपलं आहे. आता तुम्ही खोलीबाहेर जावं', हेच त्यांना सुचवायचं होतं.

मुग्धानं अनिरुद्धला खूण केली. दोघं बाहेर आले.

"काय झालं?'' सुधांशूनं उत्सुकतेनं विचारलं.

"काय होणार? त्यांचा हेकेखोर स्वभाव आपल्याला माहिती आहे.'' अनिरुद्ध निराशून म्हणाला.

"त्यांना आपलं काहीही बोलणं नाटकी वाटतं.'' मुग्धा म्हणाली.

"मुग्धा, अगं, मलाही ते असंच म्हणाले. त्यांचा स्वभाव स्वीकारून मी जमेल तेवढं करते, पण त्यांना काही खरं वाटतच नाही..'' कविताच्या डोळ्यांत पाणी आलं. मुग्धा तिच्या जवळ गेली.

"रडू नकोस. ह्या अश्रूंची किंमत त्यांना कुठेय?...''

"मुग्धा ते मरायला सिद्ध झाले आहेत.''

"हो. एका अटळ घटनेला सामोरे जायला ते सिद्ध झालेत. आपण सिद्ध नसतो, एवढंच. कुणास ठाऊक, आपलं आयुष्य किती आहे? एखादा अपघात होऊन आपण आजही संपू शकतो. अप्पांना याही वेळी कुणाचं प्रेम नकोय, ही वस्तुस्थिती आहे आणि ती तुम्ही तिघंही स्वीकारा. सारखं सेंटिमेंटल होऊन चालणार नाही. ते हा निर्णय कसा बदलतील, ह्यावर विचार करा.'' मुग्धा विचारपूर्वक बोलत होती.

मृत्यूच्या कल्पनेनं हादरलेली मनं हळूहळू शांत होऊ लागली आणि अनिरुद्ध काही सुचून म्हणाला, "आपण डॉक्टर जाधवांना बोलवू या. ते त्यांचे जवळचे मित्र. त्यांच्याच वयाचे. ते त्यांना समजवून सांगतील.''

"हो, खरंच. फोन करू या त्यांना.'' सुधांशू उठला. त्यानं डिरेक्टरी काढली.

थोड्याच वेळात डॉक्टर जाधव आले.

"काय गडबड आहे?...''

"गडबड तुमचा मित्र करतोय.''

"कसली?...'' जाधवांनी आश्चर्यानं विचारलं.

"वर जायची!'' अंगठ्यानं आकाशाकडे बोट दाखवत अनिरुद्ध उतरला.

"अँऽऽ?'' ते किंचित चेष्टेनं व आश्चर्यानं उद्गारले. "हे काय नवीन काढलं बाबा ह्यानं?''

"बघा नं. ते आमचं तर कुणाचं ऐकत नाहीत; आता तुम्हीच समजावून सांगा.''

"बरं. जरा भाव खातोय बेटा... बघतो.'' म्हणत डॉक्टर आत गेले.

अप्पा शांत पडलेले.

"अरे, ये. तू कसा आलास अचानक?" अप्पांनी बसतं होतं म्हटलं.

"तू बोलवायचा नवीन प्रकार काढलास."

"अच्छा, म्हणून आलास होय? तुला कळालं तर!"

"हं. हे काय आता आरंभलंय?"

"संपण्यासाठी आरंभलंय."

"पण संपायचं कशाला एवढ्यात? आणि अशा तऱ्हेनं? ही आत्महत्या..."

"नाही, आत्महत्या नाही ही. हे प्रायोपवेशन आहे. अनेक मोठमोठ्या लोकांनी हे केलंय. आणि जैन धर्मीयांत तर ते ग्राह्य मानलंय." अप्पा डॉक्टरांशी मोकळेपणानं बोलत होते.

"हो बाबा, ते खरं आहे. पण तुझी गणना ना त्या मोठ्या माणसांत आहे, ना जैन धर्मीयांत... थट्टेचा भाग सोड. पण येऊ दे ना मृत्यूला आपल्यापर्यंत. सगळ्यांनाच मरायचंय शेवटी."

"पण असं व्याधिग्रस्त होत मरणं मला आवडणार नाही. मी माझ्या तऱ्हेनं जीवन जगलोय."

"हो. काटेरी झाडासारखं... कुणालाही जवळ न येऊ देता."

"तसं म्हण. पण जगलो खरा तसा. स्वभाव असेल माझा तसा. आता मरताना मला माझ्याप्रमाणेच मरायचंय— हतबल न होता."

"मुख्य म्हणजे, कोणत्याही कारणासाठी शुश्रूषेसाठी का होईना... आपल्या परिघात कुणाला येऊ न देण्यासाठी. माणसांना एवढं का घाबरतोस तू? प्रेम द्यावं; प्रेम घ्यावं."

"मला प्रेम देता येत नाही; मी कबूल करतो. आणि मी निर्णय घेतला आहे."

"तुला कोणतीही व्याधी नाहीये..."

"नाही कशी? कोलेस्ट्रॉल आहे. बी. पी. आहे. आणि ह्यामुळे काय काय होऊ शकतं, हेही मी जाणतो. सध्या शुगरच्या बाबतीत मी अगदी काठावर आहे. ह्या काठावरून मी कधीही..."

डॉक्टरांनी अप्पांना मधेच थांबवलं.

"अप्पा, तू ती यादी थांबव. मी तुझा डॉक्टर आहे. हे रोग आता रोग राहिले नाहीत; ते तुमची जीवनशैली झाले आहेत. फक्त आपल्या खाण्यापिण्यात थोडा बदल करा, काही गोष्टी वर्ज्य करा; एवढंच या डिसूऑर्डर्स सांगतात. एकदा जेवणाची शैली आत्मसात केली की बाऊ करण्याएवढे हे रोग मोठे राहिले नाहीत. शुद्ध रूपात अन्न सर्व प्राणी खातात. मानव एकमेव प्राणी आहे, जो शुद्ध रूपात अन्न खात नाही. त्याला वेगळं रूप देऊन खातो आणि म्हणून त्या विरूपासोबत हे रोग... रोग नाही... डिसूऑर्डर्स आलेल्या आहेत. किती तरी विभागांतली माणसं अजूनही विशुद्ध रूपातलं अन्न खातात. त्यांना आपण आदिवासी म्हणतो."

अप्पा डोळे मिटूनच होते. डॉक्टरांचे शब्द त्यांच्या कानांवरून ओघळून जात होते.

"ओ. के. तू म्हणतोस तसं. पण खरं सांगू? नाती एवढी गढूळ झाली आहेत की, मला असहाय होण्याची कुठलीही रिस्क घ्यायची नाहीये. माझी चिडचिड होते एकेकाला पाहून. आणि खरं तर जगण्यासारखं काही उरलं नाही. आणि एकूण आयुष्यच फारसं म्हणावं तसं गेलं नाही."

डॉक्टर त्यांचं म्हणणं मन लावून ऐकत होते.

"अप्पा, हे तुझं 'जगण्यासारखं काही उरलं नाही', जे वाक्य आहे, ते अतृप्त भाव दाखवतंय. त्यात कोठेही तृप्ती नाही. आणि 'आयुष्य म्हणावं तसं गेलं नाही' म्हणजे काय? तुझी मुलं वाईट निघाली?"

"नाही... पण..."

"मतभेद सगळ्यांच्याच घरी होतात, हे गृहीत धरून सांग."

अप्पांनी नकारार्थी मान हलवली

"तुला काही व्यंग वगैरे..."

"नाही..."

"आर्थिक ओढाताण?"

"नाही. आणि हे सगळं तुला माहिती आहे जाधव." अप्पा चिडचिडले.

"मला माहिती आहे, पण हे तुला जाणवून द्यायला मी विचारतो आहे."

"हे बघ... आता हे ओझं मला नको आहे. मला जगायची इच्छा नाही;

बस. 'का नाही?' ह्याला काही कारण नाही. एक भिकारी रस्त्यावर अंगावर माशांचा घोंगाव घेत का जगतो? जसं ह्यालाही उत्तर नाही. आय ॲम फेडअप विथ धिस लाईफ. जवळजवळ एक वर्ष झालंय, मी हे जाणलंय. आणि मला इच्छामरण हवंय. दॅट्स फायनल."

अप्पांनी आपल्या डोक्यावर पांघरूण ओढून घेतलं.

"अप्पा... तू जे करतोस, त्याचा इतरांवर काय परिणाम होईल, हे जाणलं आहेस?"

"माझ्या मरण्याचा कुणावर परिणाम होणार?.. कुणाच्याही मरण्याचा इतरांवर फारसा परिणाम होत नाही." —अप्पा.

"हो, पण कशा तऱ्हेनं मरणार ह्याचा तर होतोच ना! तू अशा तऱ्हेनं गेलास, तर इतरांना किती अपराधी वाटेल ह्याचा विचार केलायस? माणसाचे वियोग अनेक तऱ्हेनं होतात. पण मृत्यूरूपी चिरवियोग असा आहे, जो इतरांच्या विस्मरणात चटकन जातो. अगदी जीवनसाथीच्याही. जीवनानं जीवनाचा अंतही स्वीकारलेला असतो. पण असा अंत लोकांच्या विस्मरणात जाणार नाही."

"मी लोकांचा विचार का करू?"

"अप्पा, तू म्हणजे ना..." डॉक्टरनं मान हलवली. "अप्पा, कुणासाठी नाही पण माझ्यासाठी... आपल्या मैत्रीसाठी...?"

अप्पांनी जाधवांचा हात दाबला आणि झटक्यात सोडूनही दिला.

ही प्रतिक्रिया! जाधवांना वाईट वाटलं.

"अप्पा!..."

ते काहीच बोलले नाहीत. फक्त डोळे मिटले.

"ठीक आहे. ह्यापलीकडे मी काय बोलू शकतो?"

"प्लीज जाधव, तुला वाईट वाटतंय, हे मी जाणतोय."

"नशीब माझं!"

"...जाधव, हे बघ— उद्या मी सर्व फॉरमॅलिटीज पूर्ण करेन. मृत्युपत्र, माझं इतर सेव्हिंग वगैरे आणि त्यानंतर मी... मी प्रायोपवेशन सुरू करेन. मुलांना हे तूच सांग."

जाधव गप्प बसले. बोलण्यासारखं काही उरलं नव्हतं. मृत्यूच्या प्रदेशात

प्रवेश केलेल्या व्यक्तीच्या मनात शब्दांचा पाचोळाही राहत नाही. कुठले विषय काढायचे... कोठले विचारविनिमय! सगळंच गोठलेपण.

ते बाहेर आले.

मुलांनी उत्सुकतेनं त्यांच्याकडे पाहिलं. पण त्यांची चर्याच सांगून गेली काय झालं ते. आशा एकदमच विरजली.

"नाही ना त्यांना पटत?" मुग्धानं विचारलं.

जाधव सोफ्यावर बसले. त्यांचे खांदे झुकले होते.

"उद्या ते त्यांची सर्व निरवानीरव करतील. आणि परवापासून प्रायोप..." डॉक्टरांनी आवंढा गिळला.

त्यात सावरली होती केवळ मुग्धाच. खरं तर ती आशा लावून बसलीच नव्हती. तिला अप्पांचा स्वभाव पूर्णपणे माहिती होता. कुठेतरी तिच्या स्वभावाचा एक धागा त्यांच्या स्वभावाशी जुळला होता. अप्पा रूक्ष होते... मुग्धा खालच्या एका पायरीवर व्यवहारी होती; तर्कशुद्ध सत्य आणि वस्तुस्थिती स्वीकारणारी होती.

"तुम्हाला एक सांगू...? आता अप्पांचा निर्णय आपणही स्वीकारू. सगळ्या इच्छा संपल्या असताना चांगल्या तऱ्हेनं जगाचा निरोप घ्यावा, हे वाटण्यात तसं वावगं काही नाही. आणि अप्पा धीटपणे त्या निर्णयावर उभे आहेत. तेव्हाऽऽ..." तिनं आपलं वाक्य अर्धवट सोडलं.

सगळ्यांनी उसासा सोडला. 'तुझं पटतंय', हे ते शब्दांत सांगू शकत नव्हते.

"सुधांशू भाऊजी... आता आपण आधी एक काम करू या. आत्ता लगेच नेहाला फोन लावा आणि बोलावून घ्या."

"नेहाला?..." सगळ्यांनीच आश्चर्यानं म्हटलं.

"अप्पांचा नेहावर केवढा राग आहे; माहिती आहे ना?"

"हो. तो राग तिच्या लग्नाच्या निर्णयावर आहे. तिनं आंतरजातीय विवाह केला, ह्यावर आहे. पण त्यांचं तिच्यावर किती प्रेम आहे, हे माहिती आहे ना आपल्याला! एक घटना मनाविरुद्ध घडली म्हणजे प्रेम आटलं, असं होत नाही. आणि तिचंही अप्पांवर तेवढंच प्रेम आहे. अप्पांना जर प्रायोपवेशन करायचंय, तर तिला बोलवावं. अखेरच्या दिवसांत ती जवळ असावी, असं

दोघांनाही वाटणारच.''

''पण अप्पांचा स्वभाव लक्षात घेता...''

''भाऊजी, स्वभावावर वात्सल्य मात करतं.''

''पाहू या अप्पांना विचारून.'' अनिरुद्ध म्हणाला.

''नाही; विचारायचं नाही. नेहाला बोलावून समोर उभंच करा. मग बघू जे होईल ते. डॉक्टरकाका, तुम्हाला काय वाटतं?''

डॉक्टर एकंदर होणाऱ्या प्रकोपाचा आदमास घेत होते.

''अं... बघू या. तो त्याचा निर्णय तर काही बदलणार नाही. मग प्रत्यक्ष परमेश्वर आला तरी तो अविचल राहील. पण घ्या बोलावून. नाही तरी आम्ही डॉक्टर लोक सांगतच असतो, की शेवटची स्टेज आहे. नातेवाइकांना बोलवा! शेवटची स्टेज नसताना बोलवणं... हे मात्र प्रथमच घडतंय.''

डॉक्टरांना तोवर कवितानं चहा करून आणला.

''कविता, कदाचित घरी भेटायला येणाऱ्यांचं प्रमाण वाढेल. ह्या चहा-पाण्यात तू गुंतू नकोस.'' मुग्धानं सल्ला दिला.

''येऊ दे. चहा केला तं काय झालं? अप्पा आहेत तोवर येतील... मग...''

कविता गप्प बसली. मुग्धा किंचित हसली.

''बघ, आपण सत्य स्वीकारतो आहोत. आणि स्वीकारायला हवं.''

डॉक्टर हे बोलणं ऐकता-ऐकता चहा पीत होते. 'शोभते खरी अप्पाची सून काही बाबतींत.' ते मुग्धाबद्दल मनातच म्हणाले. अप्पाही असाच रोखठोक बोलणारा. समोरच्याला काय वाटेल ह्याची पर्वा न करणारा. मुग्धाही स्वतःच्याच नावाच्या अगदी विरुद्ध. 'आपण चहा पिताना' चहाच्या भानगडीत पडू नकोस, सांगणारी. क्षणभर आपण चहा पिता-पिता घुटमळलो. पण कवितेनं करून आणला म्हणून प्यायलो. मुग्धा बोलून टाकते; मन स्वच्छ होतं. अप्पाचं मन स्वच्छ होत नाही, हे त्याचं दुर्दैवी स्वभाववैशिष्ट्य. आपण असफल प्रयत्न केले. पण आता हा प्रश्न पूर्णपणे देशमुख फॅमिलीचा आहे.

''बरं, मी निघतो. उद्या चक्कर मारेन...'' म्हणत डॉक्टर बाहेर पडले.

कविता मात्र अस्वस्थ झाली. ती रूममधेच फेऱ्या घालत होती.

''बापरे... कसं व्हायचं हो? परवा अप्पा अन्नपाणी सोडतील. त्यांना

तर दहादा खायला लागतं. जराशी भूक सहन होत नाही. कसं सहन होईल त्यांना?... आणि लोक? लोकांपुढे जायला आपल्याला किती संकोच वाटेल.''

"कविता, अप्पांनी स्वत: होऊन हा निर्णय घेतलाय. जे इतरांना जमत नाही, असं काम ते करणार आहेत. आपल्याला तर अभिमान वाटला पाहिजे. तुला कसला संकोच वाटतो?'' अनिरुद्ध म्हणाला. आता मुग्धासारखा विचार तो करू पाहत होता. त्यामुळे आपल्याला त्रास कमी होतो, हे त्याच्या लक्षात आलं होतं. 'भावनांच्या गुंतागुंती मनाची अधिक ओढाताण करतात. फार भावनाक्षम व्हायला नको. शेवटी अप्पांचा हा निर्णय सर्वस्वी त्यांचा...' विचार करता-करता तो धक्का बसल्यासारखा भानावर आला.

"हे विचारांचं कोरडेपण आपल्याला अप्पांकडून आनुवंशिकतेनं आलं की काय? आणि तसं आलेलं आपल्याला चालेल, आवडेल?...'' तो खजील झाला.

आता मात्र मुग्धा उठली.

"तुम्ही लोक नं... एकदा निर्णय घेतला की पटकन पाऊल उचलत नाही. मी नेहाला फोन लावतेय.''

"तुला फार घाई असते.'' अनिरुद्ध कुरकुरला.

"मला नाही; घाई तुमच्या वडिलांना झाली आहे. आणि एक प्रयत्न म्हणून आपण नेहाला बोलावतो आहोत.''

"अगं, नेहाचं ते इंटरकास्ट मॅरेज... तिचं फॅशनेबल राहणं अप्पांना आवडत नाही. तिच्या राहणीवरून किती ओरडायचे ते.''

"हो. पण तुमची बहीणही पक्की हं... अप्पांना अक्षरश: मोडीत काढलं...''

"मुग्धाऽऽ''

"सॉरी...''

मुग्धानं नेहाला फोन लावला.

नेहाला तिनं सर्व सविस्तर सांगितलं.

"काय झालं?...'' उत्सुकतेनं कवितानं विचारलं.

"नेहा लगेच निघते आहे.''

"हंऽऽ आता कदाचित काही वेगळं वादळ उठेल.'' अनिरुद्ध म्हणाला.

"प्रत्येक वेळी निगेटिव्ह बोलू नका. आणि जे होणार, त्याला आपल्याला सामोरं जावं लागणार आहे."

मुग्धाच्या शब्दांनी बाकीच्यांना बळ मिळत होतं.

"सुधांशूभाऊजी... थोडं पुढचं बोलू या. चालेल ना? म्हणजे.. आपली फारशी फजिती होऊ नये, म्हणून म्हणते आहे."

"हं?"

"समजा, नेहा आल्यावरही अप्पा आग्रही राहिले, तर पुढे काय करायचं? म्हणजे त्यांच्या मित्रांना किंवा नातेवाइकांना कळवायचं का?.."

"त्यांना कुणाकुणाला भेटावंसं वाटतं, हे आपण त्यांनाच विचारून ठरवू या...."

"ओ. के. समजा, गावातल्या काहींना कळालं म्हणजे... डॉ. जाधवांना कळालं. त्यांच्या एक-दोन मित्रांनाही कळेल. हळूहळू अप्पांना भेटायला लोक येतील. अर्थात, अप्पा कुणाला भेटतील किंवा नाही ह्याचा अंदाज आपण लावू शकत नाही. पण कुणी आलं, तर इथे थोडी जागा करावी लागेल. आपण हे लक्षात ठेवायला हवं की हे... हे जगावेगळं मरण आहे." मुग्धाही बोलता-बोलता भावनावश झाली. "असं मृत्यूकडे जायलाही केवढं धैर्य लागत असेल!"

तिचं बोलणं ऐकून कविताच्या डोळ्यांतून पाणी वाहायला लागलं. मुग्धानं कवितेच्या खांद्यावर थोपटलं. "फार भावनाक्षम होऊ नकोस. आपल्या भावनांत आपण अप्पांना न अडकवलेलं बरं. हो किनई...?"

नंतर किती तरी वेळ सगळे एकमेकांच्या सोबतीनं राहिले.

अप्पा आत बसले होते. मुलाचं बोलणं कानावर येत होतं. पण मुलं काय बोलतात, ह्याबद्धल अप्पांना अजिबात उत्सुकता नव्हती. ते नुसते खिडकीबाहेरच्या झाडाकडे पाहत होते.

स्वत:च्या मनात ते डोकावून पाहत होते. रूक्ष पानगळीचं जंगल असावं, तसं त्यांना वाटलं. 'हे असं का झालं? आपली मुळं आयुष्यात खोलवर का जाऊ शकली नाहीत... आपण सदैव नीरस का राहिलो... ह्याची उत्तरं त्यांना मिळत नव्हती. जे इतरांच्या आयुष्यात घडलं, तेवढंच... थोडंफार जास्तच त्यांना आयुष्याकडून मिळालं होतं. पण हे नीरसपण... ही उदासीनता...!

म्हणून आता जीवनाचा कंटाळा येतोय. वाळवंटात किती चालायचं? वाळवंट अथांग आहे, असीम आहे आणि दिवसेंदिवस अधिक रूक्ष होत जाणारं आहे. आपलेच पाय चालता-चालता थांबणार आहेत. जे मानगुटीवरून कधीही दूर होणार नाही— असं एकटेपणाचं ओझं वागविण्यापेक्षा आपण घेतलेला निर्णयच योग्य आहे. आयुष्याची फार फरपट होण्याऐवजी... ते आपला निर्णय अधिक दृढ करत होते.

अनिरुद्ध आणि मुग्धा रात्री तिथेच झोपले. एकूणच वातावरण असं होतं, की सगळ्यांना एकत्र राहावं वाटलं. अप्पांचं दार बंद झालं, तरी चौघांच्याही मनाची दारं किलकिली झाली होती. सहोदर असूनही दूर झालेल्या मनाच्या बंद फटीतून आता मात्र आपुलकी सरसरून येत होती. आयुष्य जोडल्या गेल्यानं आयुष्याचा परिघ रुंदावतो, हे लक्षात आलं होतं.

रात्री कधीतरी अनिरुद्ध पाणी प्यायला उठला. सुधांशूही जागाच होता. त्यानं बाहेर येत खोलीचा लाइट लावला. एकमेकांना झोप येत नाही, हे त्यांच्या लक्षात आलं.

"ये सुधांशू, बस. झोप येत नसेल तर गप्पा मारू..."

सुधांशू बसला. दोघं एकमेकांकडे पाहत होते. अनेक दिवसांनंतर ते असे शांतपणे बसले होते. नेहमी दोन अस्तित्वांत उभ्या असलेल्या अनेक भिंती ह्या क्षणी नाहीशा झाल्या होत्या. लहानपणचं निरागस नातं सूक्ष्मपणे मनात धाग्याच्या रूपानं जे आलं होतं, ते नातं एकमेव उरलं.

"कसा आहेस सुधांशू...?"

"हं... बराय. मुग्धाचं डॉमिनेशन थोडं त्रास देतं खरं, पण तशी ती रॅशनल विचारही करते. आयुष्यात कुणीतरी झुकतं घ्यायलाच हवं ना! आणि तू...?"

"मीही बरा आहे. हे अप्पा... आजवर सोबत आहेत. कवितेचा मूड कधी तसा कधी असा लागतो. पण ती भावनाक्षम आहे म्हणून कदाचित अप्पांना सांभाळून घेतलं."

"खरंय. मुग्धा असती तर अप्पांचा स्वभाव लक्षात घेऊन तटस्थपणे त्यांना वृद्धाश्रमात पाठवलं असतं."

"कदाचित तिथेच ते एकटेपणात रमले असते."

"मे बी..."

सुधांशूला हसू आलं.

"आपण 'कसा आहे' विचारल्यावर आपापल्या बायकांबद्दल सांगितलं. एवढी नवरा-बायकोची आयडेंडिटी एकमेकांवर छाप टाकते..."

"खरंय. मग आईनं कसे दिवस काढले असतील! कारण खवचट बोलणं, अपमान करणं, वाभाडे काढणं... ह्याचं हक्काचं ठिकाण म्हणजे अप्पांसाठी आई होती. त्यांच्या प्रेमळ शब्दांसाठी आई शेवटपर्यंत आसुसलेली राहिली. पण अप्पा...! कधी कधी मला म्हणूनच कविताचा राग येतो. अप्पांसारख्या माणसाच्या बाबतीत भावनाक्षम होऊन विचार करायची गरज नाही."

कधी नाही तो सुधांशू वडिलांबद्दल कठोर होऊन बोलत होता. अनिरुद्धच्या नजरेतलं आश्चर्य त्याच्या लक्षात आलं.

"अनिरुद्ध, सगळे गुन्हे माफ करता येतात; पण त्यांनी आईला दिलेला त्रास नाही माफ करता येत. आईनं किती सहन केलं असेल! खूपदा वाटतं, ह्यांच्या असल्या स्वभावामुळेच आई अवेळी गेली. पंचावन्नाव्या वर्षी कुणी असं काही रोग न होता जात नसतं..."

आईच्या आठवणीनं दोघंही गंभीर झाले. दोघांचेही डोळे पाणावले.

"आपण नवरा-बायकोच्या आयडेंटिटीबद्दल बोललो; पण आईनं स्वतःचीही आयडेंटिटी गमावली. पत्नी असूनही पत्नीचा दर्जा, मान अप्पांनी तिला दिला नाही. नावाची पत्नी! शेवटी ती केवळ एक 'आई' म्हणूनच उरली आणि जेव्हा आपण मोठे झालो, स्वतंत्र झालो... तेव्हा ती संपली."

सुधांशूला अनिवार आठवण होत होती. आठवण केवळ आठवण नव्हती; तिच्यात दंश होता, व्याकुळता होती. तिच्यावरचा अन्याय आपण दूर करू शकलो नाही, ह्याची टोचणी होती.

"आपण आईला न्याय मिळवून देऊ शकलो नाही..."

"आपण न्याय कसा देऊ शकणार होतो? कारण न्याय देणारे 'न्यायाधीश' होते अप्पा." कटू स्वरात अनिरुद्ध म्हणाला.

"आपण फक्त पाहत राहिलो... एक दिवा हळूहळू विझत जाताना. त्या दिव्याला तेल घालायचं असतं, हे अप्पा तर जाऊ दे, पण आपणही

विसरलो. दोष आपलाही आहे. नव्यानं आयुष्याला सुरुवात केली आणि आपल्याला घडवणारीचे हात विसरलो. तिच्या हाताला उरली केवळ माती— आपल्याला घडवताना लागलेली. हे पश्चात रुदन करून काय मिळणार?''

कधी नाही ते दोघं भाऊ आपलं मन मोकळं करत होते. आपल्या अपराधाची कबुली देत होते. तो अपराध त्यांनी जाणीवपूर्वक केला नव्हता; पण त्याचे परिणाम एका जिवाला भोगावे लागले होते.

तेवढ्यात अनिरुद्धच्या खांद्यावर मुग्धानं हात ठेवला.

''अरे... तू पण उठलीस?''

''हं. झोप येत नाही. शेवटी काही वेळी अस्वस्थपणा आपण टाळू शकत नाही. तुमचं बोलणं ऐकत होते.''

''आईनं फार सहन केलं आमच्या.''

''अंहं. सहन नाही केलं; त्यांना ते वागणं सहन झालं नाही. त्याचा परिणाम म्हणून त्या खंगत गेल्या. त्या खंगत जाण्याला आपण सहन केलं, असं म्हणू शकत नाही. त्यांनी अप्पांच्या वागण्याची किंमत चुकवली. अशा जागी मी असते तर... मी डिव्होर्स देऊन मोकळी झाले असते. अशा व्यक्तीसोबत स्वतःला विसरून आयुष्य काढणं... जस्ट इम्पॉसिबल. आणि खरं सांगू...? मला तुमच्यासारखी आईंची कीवही येत नाही. कारण अन्याय करण्याइतकाच अन्याय सहन करणंही गुन्हा आहे. आणि त्या काही फार जुन्या काळातल्याही नव्हत्या. त्यांच्या काळातही घटस्फोट व्हायचेच ना? प्रमाण कमी होतं, इतकंच. पण परिघाबाहेर पाऊल टाकण्याएवढं आत्मबळ त्यांच्याकडे नव्हतं.''

''हो, नव्हतं. कारण आम्ही तिघं मुलं तिच्या पदरात होतो. आम्हाला सोडून जाण्याइतकं तू म्हणतेस तसं कठोर मनोबल तिच्यात नव्हतं. आणि तिघांना सांभाळू शकेल, एवढी मिळकत करण्याएवढं शिक्षण नव्हतं. प्रत्येकाचं मनोबल कमी-जास्त असतं, मुग्धा.''

''सॉरी... मला तुम्हाला हर्ट करायचं नव्हतं. पण एक अलिप्त विचार...''

''मुग्धा, आईसारख्या व्यक्तीच्या बाबतीत आपण एवढं अलिप्त होऊन विचार करू शकत नाही.''

''तो एक भूतकाळ होता. आता आई नाहीयेत. जे भोगायचं ते भोगून,

त्रास सहन करत त्या गेल्या. पण आता अप्पांचा विचार करताना आईचा विचार मनात आणून स्वतःला कमकुवत करून घेऊ नका. कारण अप्पांसोबत आपल्यालाही मृत्यूपर्यंत जायचंय. फरक एवढाच, की ते उंबरठा ओलांडतील; आपण अलीकडून निरोप देणार आहोत. मृत्यूचं प्रत्येक पाऊल आपल्याला पाहायचंय. आपल्याला तेवढं कणखर व्हावं लागेल...''

''हं... तुझंही खरं आहे.'' सुधांशू म्हणाला.

''...एक काम कर. कविता उठत असेल तर बघ. आपल्यासाठी दूध तयार कर. फ्रीजमध्ये दुधाचा मसाला ठेवलाय बघ; तोही घाल थोडा. दूध प्यायल्यावर झोप येते म्हणतात...''

खरंतर सुधांशूला बोलावंसं वाटत होतं. दोघा भावांचं मन मोकळं होत होतं.

चौघांनी दूध घेतलं. दूध घेताना आयुष्यातल्या चांगल्या-वाईट आठवणी ते काढत होते. कष्टांचा, काटकसरीचा, मिळत गेलेल्या यशाचा आलेख, एकमेकांची लहानपणं, भांडणं, प्रेम... सारं काही आठवत होते. सर्व तऱ्हेच्या आठवणी... कधी कधी आनंद देतात... कधी दुःख वेदना देतात. एक अवघड वाट आपण पार केली... व्यक्तित्वाचा कस आपण पूर्णतया लावत होतो, हे समाधानदेखील देतात.

आणि ह्यात अप्पांचा हात आपल्या पाठीवरून कौतुकानं कितीदा फिरला?... हा विचारदेखील त्यांच्या मनात येत होता.

***

पहाटे बेल वाजली.

दारात नेहा उभी.

ते पाहत राहिले.

ही नेहा? आपली नेहा!

आपली नेहा म्हणजे बॉयकट... जीन्स-टॉप, कानात लांब खांद्यापर्यंत येणारी आभूषणं... मोकळे हात... मनगटावर घड्याळ, डोळ्यांत उत्साह अन् बालिशपण.

आणि आता समोर असलेली नेहा...

अंगभर साडी, डोक्यावर पदर, काही मेकअप नसलेला चेहरा...

मृत्यू जगलेला माणूस ● २७

हातात सोन्या-काचेच्या बांगड्या आणि डोळ्यांत शांत भाव. सोबत स्वच्छ पांढऱ्या कपड्यातला तिचा नवरा... दीपक. अंगावर श्रीमंतीच्या खुणा.

दोन वर्षांत नेहाला ते प्रथम पाहत होते. दोन वर्षांत माणूस एवढं बदलतं?

ज्याला आमूलाग्र बदल म्हणावा, तसा. शरीरापासून मन, आत्म्यापर्यंत झिरपत गेलेला बदल. आधीच्या खळखळत्या डोळ्यांत शांत गंगा अवतरलेली.

"नेहा! माय गॉड... तू...! इतकी वेगळी!" ओठांतून आपोआप निघून गेलं.

"येऊ आत?..." नेहानं हसत म्हटलं.

"अरे... या— या..."

नेहा आत आली.

"हे दीपक जैन... माझे पती..." नेहा शुद्ध भारतीय भाषेत म्हणाली. आधीचं अमेरिकन वळणाचं इंग्रजी नेहाच्या जिभेवरून निघून गेलं होतं.

"या— या... बसा..."

नेहा आणि दीपक सगळ्यांच्या पाया पडले.

सगळेच संकोचले. एकतर ह्या शहरांमधून 'पाया पडणं' हा प्रकार निघून गेलेला... आणि नेहा... दीपक... ज्यांच्या लग्नाच्या निर्णयानंतर अप्पांनी त्यांचं तोंडही पाहिलं नव्हतं. नेहानं असा आंतरजातीय विवाह करणं त्यांना आवडलं नव्हतं. आवडण्या-न आवडण्यापेक्षाही त्यांना न विचारता ती प्रेमात पडली आणि लग्नापर्यंतचा निर्णय तिनं अप्पांच्या नकाराला न जुमानता घेतला होता, ह्यानं त्यांचा अहंकार दुखावला होता.

आत्ता मात्र दोन वर्षांनंतर झालेल्या भेटीनं ह्याही परिस्थितीत सर्वांना आनंद झाला. नात्याचं एक बंद दार उघडलं होतं.

"मी अप्पांना भेटून येते आधी..."— नेहा.

"हो, जा. तोपर्यंत मी चहा वगैरे करते. जावईबापूंसाठी नाश्ता... काय आवडतं तुम्हाला?..."

सगळं असमयिक चाललं होतं.

"नेहा, बेस्ट लक. अप्पांची लाडकी होती तू पण आज तेवढीच नाराजी ओढावून घेतली आहेस. कदाचित स्वभावाप्रमाणे काही बोलतीलही-"

ती मंद हसली.

"मी नेहमीसारखं ऐकून घेईन. माझ्या राहणीवरून, फॅशन्सवरून किती बोलायचे ते. कदाचित आज मी त्यांना हवी तशी.."

नेहा अप्पांच्या खोलीकडे वळाली. तिनं दार उघडलं. अप्पा छताकडे पाहत पडलेले.

"अप्पा, मी आलेय." नेहानं म्हटलं.

* * *

'अप्पा, मी आलेय', ह्या शब्दांसरशी अप्पांनी चमकून दाराकडे पाहिलं.

"नेहा!" ते उद्गारले.

दारात नेहाचं शांत रूप, साधं रूप ते पाहत होते. आधीचे लो-कट टॉप, टाइट जीन्स जाऊन तिथे साडी... रबरमधे बांधलेले केस आणि अंगावरची सौभाग्याची आभूषणं.

अप्पांचं मन कधी नव्हे ते उत्कट झालं. त्यांच्या स्मरणातलं त्यांच्या आईचं रूपही असंच होतं.

मन बावचळलंही.

'पोर आली आहे. आता मी कसा वागू? तिला मी प्रेमानं जवळ घेऊ, की रागानं अबोला धरू? लग्न करून गेली— आपण तिचे कुणी नसल्यासारखी. पण आज आली आहे. कधी दूर गेली नव्हती अशी... बदललेल्या रूपात.'

पण काय करायचं ह्याचं उत्तर त्यांच्या डोळ्यांतून ओघळलेल्या पाण्यानं दिलं. कठीण कातळाला एक हळवी भेग पडली होती.

"अप्पा..." नेहा अक्षरशः धावत गेली. त्यांच्या कुशीत शिरली. तो हळवा क्षण तिला पकडायचा होता. तिच्याही डोळ्यांतून पाणी ओघळत होतं.

तिला कुशीत घेऊन अप्पा त्या क्षणकाळाची अनुभूती घेत होते. केवळ ही मुलगी आपल्या मनाचं हिरवं पान होती. बाकीच्यांबाबत आपण वठलेले होतो. पण फक्त हिच्याच विषयी आपल्या मनात ओलावा होता. आणि... आहे. ना त्या वठलेपणाला काही कारण होतं, ना ह्या हिरवेपणाला.

"अप्पा, मला... मला माफ कराल?..."

"म्हणजे, तू चूक केलीस, हे तुला मान्य आहे?"

“अप्पा, मी तुम्हाला न सांगता निर्णय घेतला, ही चूक मान्य आहे. पण...”

“पण...?...” अप्पांना तिला काय म्हणायचं, ते लक्षात आलं होतं.

“अप्पा, तुमचा जावई तुमच्या भेटीला आला आहे. भेटाल?...”

“समजा, मी नाही म्हटलं, तर...?”

“तुमच्या इच्छेप्रमाणेच ते वागतील. त्यांना वाईट वाटेल; पण ते नाही भेटणार.”

“इतका विश्वास त्याच्यावर?...”

“हो. कारण मीही त्यांच्या मनासारखं वागते.”

“अं?...” अप्पांनी चमकून तिच्याकडे पाहिलं.

“म्हणजे, तो एवढं समजून तुझ्याशी वागतो?”

तिनं अप्पांचा हात हातात घेतला.

“अप्पा, प्रेम नकळत... नासमजपणे झालं असलं तरी सहजीवन जगताना सर्व समजून-उमजून वागावं लागतं. स्वीकारावं लागतं. हो ना? आपल्या जोडीदाराला खूप काही देता-देता आपलं थोडं-फार हरवलं तरी हरकत नसावी...”

“हं...” हा उसळता... उड्या मारणारा झरा किती शांत— निरामय प्रवाहात बदलला आहे. हे सामंजस्य कोठून आलं? रक्तातून... निसर्गातून... की प्रेमातून? प्रेम... जे आपल्याला...

ते विचाराशी अडखळले.

“थोडं-फार नाही... खूप काही हरवलंस तू..”

“नाही अप्पा. फक्त राहणी बदलली. जीन्सच्या जागी साडी आली. स्कार्फच्या जागी पदर... कपाळावर टिकली.. आणि घराच्या जबाबदाऱ्या— प्रेमासोबत आलेल्या. अप्पा, हे सर्व बाह्यबदल अगदी सहज होणारे असतात. पण अप्पा, मला पुढे लिटरेचरमधे एम. ए. करायचं होतं...”

“ते केलंस?...” अप्पांनी उत्सुकतेनं विचारलं.

“हो. फक्त लिटरेचरऐवजी... फिलॉसॉफीत.”

“घरच्यांनी करू दिलं?”

“अप्पा, मी आता पीएच. डी. साठी ॲप्लाय केलं आहे.”

"हं... मी तुला अनेक गोष्टी करायला सांगायचो. पण त्या तू ऐकल्या नाहीस.''

"हो. कारण तुम्ही माझे होतात. तुमच्या जीवनातून मी उगवले होते. तुम्ही मला आयुष्यातून मुळापासून उपटून काढून टाकणार नव्हता ह्याची मला खात्री होती. पण प्रेम बाहेरून येऊन रुजू पाहणारं त्यासाठी मला आणि दीपकला खूप काही उलथापालथ करावी लागली. जशी जमीन नांगरली जाते तशी... पण अप्पा, तुमची नाराजी मात्र मला नेहमी सतावत राहिली. भेटायला आले — तीही अशा वेळी...''

"पण आता काय त्याचं? मी निर्णय घेतला आहे.''

"हो. मला दोघांनी सांगितलं. ते फार टेन्शनमधे आहेत.''

"कुणास ठाऊक, टेन्शन आहे, की सुटकेच्या नि:श्वासाची तयारी?... खूपदा अचानक सुटका होणार म्हटल्यावरही दडपण येतं. कारण बंधनाची सवय झालेली असते.''

"हे बंधन सुधांशू आणि कवितासाठी आहे; पण अनिरुद्ध आणि मुग्धाचं काय? ते तर मोकळे आहेत. अप्पा, अशी त्यांच्या हेतूबद्दल शंका नका ना घेऊ!''

पूर्वीची नेहा त्या आळवणीत डोकावली.

"अप्पा ऽऽ''— तिची लडिवाळ हाक.

"नेहा, लाडवू नकोस....'' अप्पांनी आपला स्वर थोडा कठोर केला.

"अप्पा, प्लीज... ह्यांना भेटता? दीपकला भेटता?''

"नको....''

"बरं. बोलू नका. डोळे मिटून पडा. एकदा त्याला तर तुम्हाला पाहू द्या. त्यानं नुसताच फोटो पाहिला आहे तुमचा.''

अप्पा गप्प बसले...

"हं?...''

" ....''

"हं?...''

ही नेहाची सवय अजूनही कायम होती. 'हो' किंवा 'नाही' हे उत्तर येईपर्यंत तिचं 'हं?', 'हं?' चालायचं. अप्पा हसले.

"घे. मी डोळे मिटले."

"ओ. के. मी ह्यांना बोलावून आणते."

त्यांनी डोळे मिटले. चाहूल आली. त्यांना डोळे मिटणं अवघड झालं. आणि डोळे उघडवेतही ना...

दीपक त्यांच्याकडे पाहत होता.

"अप्पा, डोळे उघडाल?.. हं?..."

अप्पांनी डोळे किलकिले केले.

दीपककडे त्यांनी उत्सुकतेनं पाहिलं. त्याचं शांत रूप, शुभ्र कपडे... नेहा आणि दीपक... एकमेकांचं प्रतिबिंब एकमेकांवर पडलं असावं— असं.

'चांगला आहे मुलगा... पण विचारून केलं असतं तर... थोडं आपल्याला मनवून... आणि नेहाला एवढं बदलायला लावणं? एवढं कसं करू शकला हा?'

त्यांनी डोळे मिटले.

"पिताजी, प्रणाम! आमच्यात झोपलेल्या व्यक्तीच्या पाया नाही पडत म्हणून शब्दांनीच प्रणाम."

"हं..." त्यांनी डोळे उघडले.

कसं वागावं... कशी प्रतिक्रिया द्यावी; कळत नव्हतं.

"आशीर्वाद!" ते पुटपुटले.

नेहा तेवढ्यानंच आनंदली.

"अप्पा, थँक्स..."

"हं.. मरणाच्या दारात उभ्या माणसांचा आशीर्वाद कितपत परिणामकारक असेल?" आता नेहा आपल्याला विनवणार... पण आपण ठाम नकार द्यायचा म्हणून ते तयार राहिले.

"अप्पा, असं नाही हं... मरणाच्या दारात उभ्या माणसाची सारी जीवनशक्ती एकवटलेली असते. आणि ते आशीर्वाद लाभतातही."

"...?" त्यांना थोडं आश्चर्य वाटलं. नेहाने इच्छामरणाबाबतीत आपला विरोध नाही दर्शविला!

"अप्पा, माझ्या सासूबाईंनी गेल्याच वर्षी संथारा घेतला."

"संथारा?..."

"हं. जैन धर्मीयांत इच्छामरणाला संथारा म्हणतात. जेव्हा काही जगण्यासारखं उरलं नाही असं वाटतं, तेव्हा संथारा घेतला जातो. आणि जैन धर्मात त्याला मान्यता आहे."

"पण तुझ्या सासूनं का घेतला संथारा?"

"अप्पा, त्यांचं वय ऐंशीच्या पुढं होतं. त्यांचे हातपाय चालेनासे झाले होते..." नेहा सांगत होती. तिच्या डोळ्यांपुढे तो प्रसंग येत होता.

* * *

वयस्क, गतधवा सासूबाई. पांढरी साडी नेसणाऱ्या. गळ्यात तुळशीची माळ... कपाळावर चंदनाचा टिळा लावणाऱ्या. आंतरजातीय विवाह घरातल्यांना मान्य नव्हता. दीपक आणि नेहाला विरोध सहन करावा लागला. पण तिच्या माताजी मात्र ह्या सगळ्याच्या पलीकडे गेल्या होत्या. जात... प्रेम.. विरोध... ह्या पलीकडे त्या मनानं गेल्या होत्या.

ती त्यांच्या पावलांशी वाकता क्षणी भरभरून आशीर्वाद देत आपल्या थरथरत्या हातांनी घराच्या सर्व किल्ल्या तिच्या हवाली केल्या.

"बेटा, आता हे सगळं तू सांभाळायचंस. ह्या घरात सख्खे, चुलत, मामे अशी मिळून पन्नास-एक तरी माणसं आहेत. तुमच्या विवाहावर सगळ्यांची नाराजी आहे. पण ह्या सगळ्यांना तू आपलंसं केलं पाहिजेस. तुला सांगतेय— पुरुषांचं 'मोडेन पण वाकणार नाही' हे बाईच्या बाबतीत अगदी उलटं असतं. 'वाकेन पण मोडायचं नाही', हे स्त्रीनं लक्षात ठेवायचं. घरात सगळ्यांपुढे वाकण्याएवढा लवचिक कणा परमेश्वरानं स्त्रीला दिला आहे. पण त्यासोबत आपलं स्वत्त्व विसरायचं नाही. आपल्या व्यक्तिमत्त्वापासून तुटायचं नाही. हे लक्षात ठेवशील ना?.. ह्या घराला आता संस्कारित— शिक्षित स्त्री हवीय. तू वेगळ्या परिस्थितीतून आली आहेस. वेगळ्या संस्कृतीतून. पण इथली संस्कृती वेगळी आहे. विचार, धर्म, राहणी वेगळी आहे. प्रत्येक संस्कृतीत आचरण-धर्म आणि विचार-धर्म असे दोन्ही असतात. आचरण-धर्म स्वीकारणं सोपं. पण तू हुषार आहेस. तू विचार-धर्म जाणून घे. जैन धर्म का निर्माण झाला, त्याची तत्त्वं लक्षात घे. ते एकदा कळालं, की फार अंगीकारलं नाहीस तरी तुला आचरण करणं सोपं जाईल. जग आचरण पाहतं. परमेश्वर अंगीकार पाहतो..."

नेहा आश्चर्यचकित होऊन आपल्या सासूकडे पाहत होती. एवढं संयत, सुसंस्कारी व्यक्तिमत्त्व! ना कशाचा आग्रह, ना जबरदस्ती, ना आकांडतांडव. आचरण आणि अंगीकार दोन्हींचा स्पष्ट अर्थ जाणणारी! आधी केवळ उपचार म्हणून पायाशी वाकलेली नेहा मनानं पुन्हा त्यांच्या पाया पडली.

"अगं, पुन्हा का पाया पडतेस?"

"माँजी, आधी उपचार म्हणून पडले होते; आत्ता अगदी मनापासून पाया पडतेय."

त्या हसल्या.

"हेच आचरण आणि अंगीकार. एकदा अंगीकार केला की आचरण आपोआप घडतं. अंगीकार न करता केलेलं आचरण म्हणजे असत्य. आपल्या आत्म्याला जे पटतं, तसं वागावं..."

"आत्म्याला की मनाला?..."

"बेटा, मन विकाराधीन असतं. ते वाहवतं. कठोर होतं. दुःखातही टाकतं, सुखातही राहतं. पण आत्म्याला जागून करणारी कामं सुख-दुःखापलीकडे जात परमेश्वराला साक्षी ठेवून केलेली असतात. ती काळाच्या, प्रसंगांच्या पलीकडची असतात. काळ, प्रसंग अन् व्यक्ती बदलल्या तरी त्या कर्मांचे अर्थ बदलत नाहीत अशी कर्मं श्रेष्ठ... जी आपल्याला कधी टोचणी लावत नाहीत."

जैन धर्म आपला वाटण्याआधी तिला सासूबाई आपल्या वाटून गेल्या. त्यांचे विचार आपले वाटले.

त्या घरात स्वत:ला बदलणं त्यामुळे तिला सोपं झालं.

ती लग्न होऊन घरात आली आणि महिनाभरात 'क्षमायाचनेचा' दिवस आला. ती पाहत होती. नातेवाइकांकडे येणं-जाणं करून वर्षभरात काही चुकलं असेल... काही अपराध घडला असेल, तर क्षमा करा— अशी याचना लहान-मोठे एकमेकांना करत होते.

घरातल्या सर्वांपुढे ती उभी राहिली.

"मी तुमच्या मनाविरुद्ध ह्या घरात आले. तुम्ही नाराज झालात. तुम्ही सर्व मला क्षमा कराल?..." हे क्षमा मागण्याचं बळ आपल्यात केवळ माँजींमुळे आलं, हे ती जाणत होती.

सगळ्यांच्या डोळ्यांत कौतुकाचे भाव उमटले अन् चेहऱ्यावर हास्य. आणि दीपकच्या डोळ्यांत अपार गहिवरलेपण. एका मुलीवर आपण प्रेम केलं; पण ती मुलगी एवढी व्यक्तित्वसंपन्न झाली, ह्याचा तो अभिमान होता.

ती माँच्या खोलीत आली.

"माँ..." तिनं हात जोडले.

उलट हात जोडत माँजींनीही तिच्याकडे क्षमायाचना केली.

"माँजी, तुमच्या हातून अपराध होणारच नाही, तर का क्षमा मागता?..."

"बेटा, एखादा शब्द बाहेर पडतो आणि समोरच्या माणसाचं मन दुखावून जातो. हीदेखील हिंसाच आहे. मी ह्या घरातली सर्वांत मोठी. खूपदा त्या मोठेपणाच्या अधिकारापोटी मला कठोर बोलावं लागतं... म्हणून..."

ती सासूकडे पाहत होती. त्या वैभवसंपन्न घरात त्यांची साधी खोली. साधी सुती पांढरी साडी, अंगावर कोणताही दागिना नाही. सर्व नातेवाईक जवळ असूनही त्या कुणात नव्हत्या. त्यांनी स्वतःला खोलीतच वेगळं काढलं होतं. संन्यस्त असल्यासारखं. ना वस्तू, ना माणसं, ना स्वप्नं, ना भावना... केवळ एक शांत आसमंत. हाच अपरिग्रह. त्यांची निरहंकारी-निर्लेप वृत्ती हाच संन्यास... तिच्या लक्षात जैन तत्त्वं येत होती. हा अंगीकार माणसाला किती उन्नत करतो, हे ती माँजींकडे पाहून जाणत होती.

"माँजी, तुम्हाला माझा राग नाही आला? मी दुसऱ्या जातीतली.. वेगळ्या विश्वातली..."

त्या सौम्य हसल्या.

"नेहा, जैन धर्मात सहा तत्त्वं सांगितली आहेत. सत्य, अहिंसा, अपरिग्रह, अस्तेय, ब्रह्मचर्य, संन्यास... पण मी स्त्री आहे. एक पत्नी होते.. एक आई आहे. स्त्रीजवळ ह्या सहा तत्त्वांखेरीज एक आणखी तत्त्व असतं. प्रेम. ते तत्त्व फार गृहीत धरलं जातं, म्हणून दार्शनिकांनी मांडलं नसावं. पण हेच प्रेम हृदयाशी घेऊन तू दीपकसोबत घरात आलीस. आणि मी तर 'मी जैनधर्मीय आहे,' ह्या भावनेचाही अपरिग्रह केलेला. मी का रागवावं तुझ्यावर? माणसाला दुसऱ्यासाठी फार काही करता नाही आलं, तरी प्रेम तर करता येतं ना! तेच महत्त्वाचं."

ती त्यांच्या पायाशी लहान मुलासारखं येऊन बसली.

"माँजी... तुमच्या मांडीवर डोकं ठेवू?..."

"ठेव..."

तिनं त्यांच्या मांडीवर डोकं ठेवलं. मोठ्या वृक्षाच्या सावलीखाली आपण आहोत, असं तिला वाटलं.

"माँजी, मला आपली समजाल ना?..."

"कोण समजू सांग?..." माँजींनी तिच्या डोक्यावरून हात फिरवत विचारलं.

"सून?"

"अंहं...!"—नेहा.

"मुलगी?"

नेहानं मान उचलून त्यांच्याकडे पाहिलं.

"अंहं..."

त्या समजून हसल्या.

"ठीक आहे, मी तुला फक्त 'तू' समजेन. नेहा, नात्याचा अपरिग्रह झाला खरा हा."

केवढं संपन्न वाटलं तेव्हा नेहाला. वडाच्या पारंब्या जमिनीत रुजाव्यात तसे माँजींचे विचार तिच्या मनात रुजले होते.

पण वडाच्या बुंध्यालाच कीड लागली. पाहता-पाहता कॅन्सरसारख्या दुखण्यानं माँजी ग्रासल्या गेल्या. अपरिग्रही माँजी आयुष्याचा, श्वासांचा परिग्रह तरी कशा करणार होत्या?

"मी संथारा घेणार." त्यांनी एका ठाम वाक्यात सांगितलं.

घरात अक्षरशः उत्सव सुरू झाला. मरणाचा सोहळा असतो, हे नेहानं प्रथम पाहिलं. सासरहून नणंदा आल्या. माँजींचे भाऊ-बहिणी... घरात मुनीश्रींना बोलावून श्रवण संथा सुरू झाल्या. भजनं म्हटली जाऊ लागली. अन्न-पाण्याचा त्याग केलेल्या माँजी एक-एक क्षणावर पाय देत मृत्यूच्या दिशेनं निघाल्या होत्या.

"माँजी, नका ना जाऊ... कॅन्सरवर उपाय आहे..." नेहा म्हणाली.

"नेहा, मला परमेश्वरानं भानावर आणलं. माणसानं किती जगायचं? पृथ्वीनं किती भार सहन करायचा? कॅन्सरवरचा उपाय म्हणजे मरणाच्या

दिशेची गती फक्त संथ करायची. जीवनाचे हे क्षण चोरी का करायचे? भगवान महावीरांनी 'अस्तेय' सांगितलंय, त्याचा हा देखील अर्थ आहे. मृत्यूनं आयुष्याला जिंकण्यापेक्षा आपण मृत्यूला जिंकायचं."

"माँजी, मी आले आणि तुम्ही चाललात! घरातले हे जुन्या मताचे लोक... मला काय काय म्हणतील?"

"नेहा, तुला काय म्हणायचं ते कळालं. कोणीही माणूस शुभ नसतो. एखाद्याचं नशीब पायगुणानं बदलायचं सामर्थ्य माणसाच्या पायात नसतं. माणूस स्वतःच्या मृत्यूपुढे हतबल असतो. जगणं आणि मरणं ही परमेश्वरानं लिहिलेली अक्षरं आहेत. त्या अक्षरांवर कुणाची सावलीही पडू शकत नाही. मी सांगेन सगळ्यांना. तू काळजी करू नकोस. आणि मी जाणार ती देहानं जाईन; मला जाणवतंय की, मी तुझ्या स्वभावात उतरते आहे.... माझ्या स्वभावांच्या मुळांसकट."

"पण माँजी, मला तुमचा सहवास अधिक हवा होता. हे असं दुर्दैव माझ्या नशिबात का आलं, की मी आले आणि तुम्ही जाताय?"

माँजी तिचं मनापासूनचं बोलणं ऐकत होत्या. जात्या जिवाला एक जीव विनवत होता की, जाऊ नको. पण अदृश्य दोऱ्या आता हळूहळू त्या जिवाला खेचू लागल्या होत्या. यातना, वेदना हळूहळू पसरत चालल्या होत्या.

"नेहा, सहवास किती काळ मिळाला, हे महत्वाचं नसतं. तो थोडासा क्षणकाल तू आपल्या मनात—स्मरणात कसा पकडू शकते, हे महत्त्वाचं असतं. माझा एवढा सहवास तुला पुरेसा वाटत नसेल तर तो माझा पराभव आहे."

"नाही माँजी, नाही. मी... मी हावरट आहे. मला तुम्ही आणखी हव्या आहात."

"हा परिग्रह झाला नेहा. व्यक्तीचा परिग्रह. सगळ्या गोष्टींचा परिग्रह होऊ शकतो. होत नाही एकाच गोष्टीचा. ज्ञानाचा. मी काही खूप ज्ञानी आहे, असं नाही. मला नीटसं बोलताही येत नसावं. पण कदाचित मी माझ्या वागण्यातून तुला काही शिकवत असेन.

"हा रोग... पसरतोय. वेदना वाढताहेत. अशा वेळी शरीरापासून

आपण किती विलग झालोत, हे कळतं. यातना शरीराला होतात; पण मन कणखर आहे. समतोल आहे. ह्या वेदनादायी शरीराला त्यागायला उत्सुक आहे. म्हणून वेदनांचे भोग मला कमी करायचे आहेत...''

नेहा शांत झाली. आजवरच्या आयुष्यात एवढे उत्कट, दीप्तिमान विचार कधी कुणी दिले नव्हते, ना असं आचरण. आई लवकर गेली. अप्पांच्या कठोर स्वभावाच्या दबावाखाली भावंडं वाढली. त्यांचं थोडंसं प्रेम मिळालं ते नेहालाच; पण दीपक आणि माँजींचं प्रेम तिच्या आयुष्यात दोन वेगवेगळे अर्थ घेऊन आलं.

''नेहा, अर्धा कप मोसंबीचा रस दे... आता तुझ्या हातून हा शेवटचा रस घेते. त्यानंतर फळांचा रस आणि पाणीही बंद...''

सगळ्यांच्या मनात गलबलून आलं. पाण्याचा त्याग केल्यावर महाप्रयाणाचा दिवस दूर नव्हता.

घरातली गजबज वाढली होती. मुनीश्री येऊन माँजींना भगवानांची शिकवण समजावून सांगत होते. पण माँजी त्या शिकवणीच्या पलीकडे गेल्या आहेत, हे नेहाला जाणवत होतं. तरी मृत्यूपर्यंत जाण्याचा ती शिकवण एक आधार होती.

माँजीनी सुताराला बोलावून घेतलं.

''माझी डोली बनवायची आहे... सागवानी लाकडं घे. आणि डोलीच्या समोर 'ॐ अरिहंताणां' कोरायचं. जिथे माझं डोकं टेकवतील तिथे डोकं हलू नाही, लवंडू नाही म्हणून खाच ठेवायची...''

नेहा आश्चर्यचकित होऊन पाहत होती. स्वत:च्या महायात्रेची तयारी माँजी करत होत्या.

श्रद्धा केवढं बळ देते, हे तिच्या लक्षात आलं.

माँजींनी आपलं महावस्त्रही निवडलं.

तसं पाहिलं तर एका साध्या व्यक्तीचा तो महामृत्यू होता.

दिवसांचे क्षण मुंगीच्या पावलांनी माँजींचे श्वास नेत होते.

हळू हळू श्वास अस्थिर होऊ लागले.

माँजीच्या खोलीत आता कुणीही नव्हतं.

केवळ माँजी आणि मिटल्या डोळ्यांपुढे साकारत जाणारं काळं अवकाश.

बाहेरच्या खोल्यांतले भजनाचे आवाज त्यांना ऐकू येत नव्हते. सर्व पंचेद्रियं निमत चाललेली...

अखेर एका क्षणानं मॉंजीचा शेवटचा श्वास आयुष्याच्या उंबरठ्याबाहेर ढकलून दिला.

श्वास संपले पण मॉंजीच्या आठवणींच्या पारंब्या नेहाच्या मनात रूजल्या.

कधी त्या पारंब्या तिच्या डोळ्यातही साकारायच्या. मॉंजी तिच्या मनात जणु संक्रमित झाल्या होत्या.

* * *

आत्ताही तो प्रसंग जसा जमेल तसा अप्पांना सांगायचा नेहा प्रयत्न करत होती.

अप्पा बघत होते तिच्या डोळ्यांतला अपार आदर... त्यांच्याबद्दल बोलताना नेहाचं भारावून जाणं.

'कशा असतील तिच्या सासूबाई?' ते विचार करत होते.

आत्ता ह्या क्षणी नेहाचं रूप वजा केलं तर जे भावरूप आहे, डोळ्यांतला अथांग बदल आहे; तशा असतील?... बहुधा तशाच असतील. एका वर्षात नेहाला स्वत:सारखं करून बाई निघून गेली. आपण एवढ्या वर्षांत तिला आपल्यासारखं... ते विचार करता करता थांबले. आपल्यासारखं म्हणजे कडवट? त्रासिक? कोरडे? सदा वैतागलेले?

बरं झालं ती आपल्यासारखी झाली नाही. आत्ताचा तिच्यातला बदल खरोखरच खूप छान वाटतो आहे. हे रूप... समोरच्यासाठी अश्वासक असलेलं, जवळीक साधणारं.., परिपक्व. आपली मुलगी एवढ्या लवकर इतकी समजदार झाली! नाही तर तिचे कपड्यांसाठीचे हट्ट, तिच्या फॅशन्स... कधी अंगप्रदर्शन... ज्याला आपण विरोध करत आलो. प्रेमात माणूस एवढं बदलतं?

तेवढ्यात कवितानं नेहासाठी आणि अप्पांसाठी चहा आणला.

''वहिनी, तू पण ये ना! सगळ्यांनाच बोलव. चालेल ना अप्पा तुम्हाला? पण दोन वर्षांनी आलेय म्हणून सगळ्यांसोबत बसावं वाटतं... अप्पा, तुम्हाला नको असेल तर...''

''नाही नाही. येऊ दे सगळ्यांना. तुझ्या मनासारखं होऊ दे....'' अप्पांनी तिच्या मनाचं कारण सांगितलं, पण मनात कुठेतरी त्यांनाच गप्पा

ऐकाव्याशा वाटत होत्या.

सगळे जण आत आले. हळू हळू अप्पांसमोर असतानाही मोकळे होत गेले. दीपक चांगलाच बोलघेवडा होता.

अप्पा गप्पा ऐकत होते.

हा नात्यांचा खळाळता प्रवाह... आपण मात्र त्याच्या काठाशी उभे आहोत. अंगावर एकही शिंतोडा न उडू देता! ह्या बोलण्यात महत्त्वाचं असं काय आहे? पण तरी ते मनं सांधणारं आहे. नेहाच्या लग्नाला आपली नाराजी होती. पण ती नाराजी मुलांच्या बोलण्यातही दिसत नाही.

"नाही रे दादा, नॉनव्हेज वगैरे काही नाही. आमच्याकडे अगदी नाही चालत." नेहा सांगत होती.

"तुला तर रविवारी नॉनव्हेज लागायचंच..."

"हो ना! दीपक सुरुवातीला घरी चालत नाही म्हणून हॉटेलमधे न्यायचा. पण हळूहळू ध्यान वगैरे सुरू केलं. आपोआपच नॉनव्हेज नकोसं वाटू लागलं."

"कसं वाटतं नेहा, आधी एवढं फुलपाखरासारखी बागडलीस आणि आता ही बंधनं... तुझं ते वक्तृत्वस्पर्धा गाजवणं आजही आठवतंय. एवढं ऑर्थोडॉक्स वातावरण तू कसं पचनी पाडलंस?" मुग्धा

"नाही हं. अंतस्थात नितळपणे निवळत जाणं वाटतं, आदिम जाणिवांना हाकारणारं. मग तू त्याला ऑर्थोडॉक्स म्हण किंवा मॉडर्न म्हण. मुग्धा, जेवढा वेग खरा, तेवढंच थांबणंही खरं.

"आणि मुग्धा, स्पर्धांचं काय... वेगवेगळे विषय, वरवर विचार करून तावातावानं बोलायचे. त्या 'तावा' लाच सगळे भुलायचे... पण तुला माहित्येय, मी जैन फिलॉसॉफीचा अभ्यास केला आहे. आणि आता खूपदा आमच्या कार्यक्रमांमधे मी त्याबद्दल बोलते. अगदी शांतपणे. ताव वगैरे काही नाही. ज्या शांतीचा संदेश भगवानांनी दिला, त्या शांतीचा भंग करत तत्त्वज्ञान का सांगायचं?"

"अरे बापरे! नेहा, तू हे धर्म, तत्त्वज्ञान वगैरे आमच्या डोक्यावरून जाणारं बोलू नकोस बाबा. तू आपली लहानशी आमची बहीण नेहाच बरी..." हसत अनिरुद्ध म्हणाला.

"हो, खरंच... मी खूपदा हे विसरतेच." नेहमीचा नेहाचा हट्टी स्वभाव आता शांत झाला होता. अप्पा हे सर्व ऐकत होते.

आणि ह्या गप्पांमधे आपलं इच्छामरण...! अप्पांचं मन उसळून आलं.

त्यांनी थोडं जोरानंच पांघरूण आपल्या डोक्यावर ओढलं.

क्षणभर सगळे गप्प बसले. थोडे चपापले. प्रसंग वेगळा होता; पण लग्नानंतर पहिल्यांदा भेटल्यानं किती आणि काय बोलू, असं झालं होतं!

"मला दुपारी भेट नेहा."

अप्पांनी पांघरूणाच्या आडूनच सांगितलं.

"बरंय अप्पा..." सगळे एकमेकांकडे पाहत उठले.

दुपारी सगळे जेवायला टेबलाजवळ जमले. नेहमीप्रमाणे कवितानं अप्पांचं ताट वाढलं आणि त्यांच्या खोलीत नेलं.

मुग्धा टेबलावरच्या ताटांवर वाढतच होती की, कविता ताट घेऊन परत आली.

तिनं अप्पाचं न उष्टावलेलं ताट टेबलावर ठेवलं.

सगळेच एकाएकी गप्प होऊन त्या ताटाकडे पाहत होते.

अप्पांनी आज अन्न नाकारलं. म्हणजे अप्पांनी मृत्यूच्या दिशेनं प्रवास सुरू केला.

मृत्यूला पाहावं तसे सगळे त्या अन्नभरल्या ताटाकडे पाहत राहिले.

नेहानं घड्याळाकडे पाहिलं.

"दीड वाजलाय. दुपार सुरू झाली. मी अप्पांना आता भेटू शकते." म्हणत ती उठली.

अप्पा पडून होते.

नेहानं आपली खुर्ची अप्पांच्या जवळ सरकवली.

"अप्पा, हे आवश्यक आहे?..."

"हो. "

"अप्पा, तुमचं वय, आरोग्य पाहता 'हे' आवश्यक नाही वाटत."

"ही माझ्या मनाची इच्छा आहे."

मनाचं चांचल्य जाणणारी आपली सासू तिला आठवली.

"अप्पा, थोडं मनाला समजावलं, तर तुम्ही चांगले जगू शकता."

"कशाला? ह्या... ह्या पोरांसाठी? एक तर बायकोला घेऊन वेगळा झाला; दुसरा— ज्यानं माझ्या अपेक्षा कधीही पूर्ण नाहीत केल्या. तरीही त्याच्या सोबत मला राहावं लागतं! त्या सुना... एक फटकळ, दुसरी रडकी आणि तू...! मला न विचारता विजातीय लग्न करणारी."

"अप्पा, नाही. आयुष्य केवळ आपलंच असतं. ते ज्याचं त्यानंच जगायचं असतं. ह्या कुणाहीसाठी तुम्ही जगायचं नाही. तुम्ही तुमच्यासाठी जगायचं. आयुष्यासाठी जगायचं."

"आयुष्य! हं..! ती नोकरी... नोकरीची चाकोरी... जातीमुळे दोनदा रिव्हर्शन. ब्राह्मण आहे, हा जणू फार मोठा गुन्हा असल्यासारखं प्रमोशनच्या संधीही डावलल्या. हे आयुष्य?..."

नेहानं त्यांचा हात हाती घेतला.

"अप्पा, हे सर्व जे तुम्ही म्हणता आहात, हे आयुष्य नाहीये. नोकरी म्हणजे आयुष्य? प्रमोशन, रिव्हर्शन म्हणजे आयुष्य? तुम्ही चाकोरी म्हणता; बरोबर आहे. एक चाकोरी तुम्ही आखून घेतलीत. त्या चाकोरीच्या आत येण्याची कुणाला मुभा नव्हती; ना तुम्ही त्या चाकोरीबाहेर पडलात. चाकोरीबाहेरच्या सुंदर जगात तुम्ही डोकावलाच नाहीत... आणि त्या चाकोरीत घडणाऱ्या घटनांनाच आयुष्य मानलंत..."

"काय आहे चाकोरीबाहेर?..."

"आयुष्य. आयुष्य वाट पाहत असतं आपली, चाकोरीबाहेर उभं राहून. ह्या आयुष्यात काय काय असतं! आनंद, समाधान, प्रेम... जे दिवसभर ओझं वागवणाऱ्या एका हमालालाही झोपडीत मिळू शकतं. ओझं वाहूनही त्याला त्याचं आयुष्य हलकं -फुलकं वाटू शकतं. आणि ओझं न वाहताही आपल्याला आयुष्याचं ओझं वाटायला लागतं."

"हमालाचं ओझं आणि आयुष्याचं ओझं ह्यात काय साम्य आढळतंय तुला?..."

"अप्पा, हमालाच्या ओझ्याखाली त्याची भूक, कुटुंबाची उपासमार, पडकी झोपडी, त्याचे आजार... हे सारंच दबलं गेलेलं असतं. त्याच्या पाठीवरचं ओझं त्याचं आयुष्य आहे. त्याची भूक, त्याचं चार घास वाटून खाणं, कधी उपाशी– पाणी पिऊन झोपणं, तर कधी कष्ट विसरायला दारू

पिणं... हे सगळं त्याचं आयुष्य आहे. पण तरी सकाळचं चहाचं पाणी तो आनंदात पितो आणि संध्याकाळी एखाद्या झाडाखालच्या शेंदरी दगडासमोर डोकं टेकून अपार श्रद्धेनं उद्यासाठी बळ मिळवतो.''

"नेहा, मला दाखले देऊ नकोस. माझा निर्णय ठरला आहे. आणि तुझ्या सासूनंच घेतला ना संथारा? मग मला का रोखतेस?''

"त्यांचं शरीर कॅन्सरनं ग्रासलं होतं, म्हणून नाही रोखलं; हे झालं एक कारण. आणि दुसरं महत्त्वाचं कारण म्हणजे, त्या संथारा घेण्यासाठी... म्हणजे मृत्यूला सामोरं जाण्यासाठी परिपूर्णतेनं सिद्ध झाल्या होत्या.''

"मीही सिद्धच आहे ना!...''

"मी 'त्या परिपूर्ण सिद्ध' हा शब्द वापरला होता अप्पा. त्या मृत्यूला सामोरं जाताना अगदी एकट्या होत्या.''

आता अप्पा चिडले.

"मग माझ्यासोबत काय दुसरं कुणी येणार आहे मरायला? कुणाला एवढं प्रेम आहे बुवा?...'' ते छद्मी स्वरात म्हणाले.

"अप्पा... मी तुमची मुलगी आहे. वयानं लहान आहे, तरी माझं थोडं ऐकाल? मी तुमच्या इच्छामरणाला विरोध करत नाहीये. पण ते मरण परिपूर्ण असावं, सिद्ध मरणं असावं; तर ते इच्छामरण ठरतं, अन्यथा ती आत्महत्या ठरते.''

अप्पा गडबडले. आता हे ह्या पोरीनं नवं काय काढलं? सांगतेय तर शांतपणे... बुद्धिमत्तेचा आव आणून. एवढी अक्कल आहे हिच्यात?

त्यांचे विचार जाणल्यासारखी नेहा बोलून गेली, "अप्पा, संथारा... प्रायोपवेशन... इच्छामरण जैन धर्मात ग्राह्य मानलं आहे. सन्मान समजला जातो तो. ह्या दोन वर्षांत मी काही संथारा पाहिलेत. जाणून घ्यायचा प्रयत्न केलाय. त्या जाणाऱ्या व्यक्तींना भेटले. आणि मुख्य व्यक्ती म्हणजे माझ्या माँजी. म्हणून मी तुम्हाला काही सांगते त्याप्रमाणे करणं तुम्हाला जमलं, तर ते खरोखरच इच्छामरण असेल. मरणासमोर जायचं असतं ते अगदी एकटं. मन पूर्णपणे विझवून. बुद्धीचे सर्व भेद, जर-तर हे मिटवून. मनाचे सर्व षड्रिपू टाळून, आणि मुख्य म्हणजे आयुष्यावरची नाराजी दूर करून. तुम्ही तुमच्या मनात थोडं डोकावून बघा. तुम्ही ह्यापैकी कशात

अडकलात किंवा कशापासून मुक्त आहात? मुक्त असाल तर चांगलंच आहे. पण मुक्त नसाल, तर मात्र आधी सगळ्यातून मुक्त व्हा. मग मरणाला सामोरे जा. फाशीच्या कैद्यासारखे हात-पाय बांधून, तोंड झाकून मरणासमोर जाण्याऐवजी दोन्ही बाहू मोकळे ठेवून हसत पुढे जा. ह्या... ह्या कपाळावरच्या आठ्या आहेत ना, त्या मिटवून. ऐकाल माझं?''

अप्पा विचारात पडले. कारण तिचं म्हणणं त्यांना पटलं होतं.

''सांग, काय करू आता?...''

''आज आत्ता जेवून घ्या. आणि मग मी म्हटलं तसं तुम्ही अंतर्मुख व्हा. मनाचा शोध घ्या. आणि पाहा तरी तुमच्या मनात किती अडगळी आहेत... किती जळमटं आहेत! नसतील, तर ठीकच आहे. पण असतील, तर ती आपण दूर करता येतील तर बघू. माणूस 'गेला' की अंघोळ घालतात तसंच इच्छामरणात ही मनाची, आत्म्याची अंघोळ आहे समजा. ठीक आहे?... जेवण आणू मी आता?...''

''आण. पण काय गं, तुमच्या धर्मात हे असं साधतं? निर्लेप होणं?...''

नेहाला हसू आलं.

''माझा धर्म आणि तुमचा धर्म असं वेगळं काय आहे? प्रत्येक धर्मात असं इच्छामरण साधणारी आणि न साधणारी माणसं आहेत. संजीवन समाधी घेणारे सत्पुरुष आहेत... लोककार्यासाठी झोकून टाकून स्वतःपासून, स्व-भावनेपासून समाधी घेणारे लोक आहेत. सर्व धर्मांची तत्त्वं एकच आहेत. फक्त त्या-त्या धर्मांनी त्यापैकी काही तत्त्वांना परिस्थितीप्रमाणे, आकलनाप्रमाणे अधिक प्राधान्य दिलं, एवढंच. कुणी अहिंसेला, कुणी सत्याला, कुणी संन्यासाला, तर कुणी कर्मयोगाला महत्त्व दिलं. पण ही सगळीच तत्त्वं पायाभूत आहेत. त्यांतल्या काहींवर त्या-त्या धर्माचा डोलारा उभा राहतो, इतकंच.''

''तू पीएच. डी. झाली आहेस का?..''

''अं?..'' न कळून नेहा उद्गारली.

अप्पांनी मायेनं आणि कौतुकानं तिच्या गालावर हात फिरवला.

''छान बोलतेस आणि खरं बोलतेस. उगीच चर्पटपंजरी करत

नाहीस. आतून बोलतेस, ते डोळ्यांतून व्यक्त होतेय. ठीक आहे. तू म्हणतेस तसं. माझी गाईड आता तू.''

''ओ. के. मग मी आता जेवण आणते. बाकीचे थांबलेत.''

''हं:'' ते उद्गारले.

नेहानं क्षणभर त्यांच्याकडे रोखून पाहिलं. ''अप्पा, मनात डोकावताना पहिलं दार उघडणं म्हणजे 'हॅं:' जो आहे, त्यामागचा अविश्वास, लोकांना तुच्छ समजणं, हे विसरणं. माणसं प्रेम, काळजी करू शकतात आणि ती आपल्याएवढीच त्यांची त्यांना प्रिय असतात. त्यांच्या कृती त्यांच्यासाठी समर्थनीय असतात, हे लक्षात घेऊन मनात प्रवेश करा. कारण मनात आपण स्वत: फार थोडे असतो आणि इतरांचीच गर्दी दाटलेली असते.

ती वळाली आणि बाहेर गेली.

ते काहीसे अवाक् होऊन पाहत राहिले.

ती परत आली ताट घेऊन.

''अप्पा, तुम्ही खाऊन घ्या.''

''अगं, पण...''

''अप्पा, मी तुम्हाला सांगते कसकसा मनावर विजय मिळवत जायचा ते. एकदा ते साधलं, की तुम्ही प्रायोपवेशन करायला मोकळे आहात. आजपासून प्रत्येक घास चावून, तृप्त होत खा. हे पूर्णब्रह्म तुमचं पोषण करत आलं आहे, त्याचं आजपासून ऋण मानत जेवा. मी थांबू...?''

''नको, तू जा. काही लागलं, तर मी हाक मारेन.''

अप्पांनी जेवायला सुरुवात केली. 'काय म्हणाली पोरगी... पूर्णब्रह्म– पोषण करणारं!... बघू या.' त्यांनी एक घास तोंडात घातला. 'हे पोषण करणारं अन्न...' ते स्वत:शीच म्हणाले. डोळे मिटून चव घेत त्यांनी तो घास खाल्ला. चावत राहिल्यानं तो घास शेवटी गोड होत गेला. जिभेवर त्याची चव रेंगाळली.

तेवढ्यात मुग्धा घाईनं आत आली.

''अप्पा, आज भाजीत मीठ टाकायला विसरलं.''

तिनं ताटात मीठ वाढत म्हटलं.

"काही आणू?..."

"पाच मिनिटांनी सांगतो."

ती गेली.

"भाजीत मीठ नाही, हे आपल्याला जाणवलं नाही. कारण भाजीला तिची आपली चव होतीच की! म्हणजे स्वतःतल्या स्वतःत ती परिपूर्ण होती. पूर्णब्रह्म?"

अप्पांना हसू आलं. "आपण तर भाजीतही पूर्णब्रह्म पाहायला लागलो आहोत...! आणि ही मुग्धा... ती कशी काय आली वाढायला?..."

"सासरा जाणार म्हटलं की आली पुढे-पुढे करायला...मनाला अपराधी वाटलं असेल!" तेवढ्यात नेहा आत आली.

"अप्पा, ती कपाळावरची आठी काढा पाहू आधी. जेवताना फक्त जेवायचाच विचार करा. मी पोळी आणली आहे. देऊ?..."

"दे अर्धी..."

नेहा बाहेर आली.

"कसला विचार करत असतात, काय माहिती? काही तरी मनात सुरूच असतं." ती म्हणाली.

"पण नेहा, तू मात्र खरंच त्यांची लाडकी आहेस हं. एका भेटण्यात त्यांनी तुला माफ केलं. आमच्या तर किती तरी गोष्टी ते लक्षात ठेवून आहेत!" मुग्धा म्हणाली.

"मुग्धा, आज अप्पांनी अर्धी पोळी जास्त घेतली हं. ही पण नेहाचीच करामत. काय बाबा थाट आहे एका माणसाचा!" नेहाला चिडवत कविता म्हणाली.

सगळे जेवत होते. पण सगळ्यांच्या मनात एक विचार होताच.

जेवणं संपत आली तशी अनिरुद्धनं विचारलंच—

"नेहा, काय म्हणताहेत अप्पा?..."

"दादा... अप्पांना मरावंसं वाटतंय. ते तयार आहेत मरण स्वीकारायला. पण मी त्यांना ह्या तऱ्हेनं जाऊ देणार नाही. त्यांच्या डोळ्यांत निर्धार आहे खरा. पण संथारा घेताना जे नितळपण हवं, शुद्ध मन हवं; ते मात्र नाहीये. डोळे गढूळ आहेत. मधेच राग, चिडचिडेपणा... हे असं थोडी

असतं प्रायोपवेशन? मी पाहिलंय ना माझ्या सासूबाईंना. त्यांचे डोळे शांत आकाश झाले होते संथाराआधी.''

''पण त्यांनी हे... संथारा की काय, ते घेऊ नाही म्हणून तू काही बोलली नाहीस का?''

''म्हटलं. पण ज्या दृढतेनं ते 'नाही' म्हणाले, त्यावर मी पुढे काही म्हणू शकले नाही. त्या विषयावर ते बोलायलाच तयार नव्हते. बघू, अजून वेळ आहे. त्या आधी त्यांचं मानसिक शुद्धीकरण... सॉरी... हे तुम्हाला अवघड वाटत असेल; नाही?...''

''तुला हे सोपं कसं वाटतं?...''

''दादा, माझी माझ्याशीच ओळख झाली नव्हती. तरुणपणात फुलपाखराचे रंग जपत असताना दीपकशी ओळख झाली. लग्न झाल्यावर त्या पंखांना आकाशाची अनुभूती मिळाली. आपण कशा आहोत, आपल्याला काय आवडतं, हे तेव्हा कळालं.''

''माझी बहीण खरंच मोठी झाली हं...'' सुधांशू म्हणाला.

''हा बदल कुणामुळे घडला गं?...'' कवितानं विचारलं.

''माझ्या सासूबाईंमुळे...'' तिनं सांगितलं. बरंच काही.

दिवस हळू जात होता. विचित्र परिस्थिती होती. बोलावंसं वाटत होतं; पण अप्पांच्या निर्णयाचं दडपणही मनावर होतं. काही वेळा तर नुसतेच एकमेकांकडे बघत राहण्यासारखी मन:स्थिती व्हायची.

मुग्धानं शेवटी निर्णय घेतला.

''हे बघ कविता, आम्ही रोज रात्री एक चक्कर मारत जाऊ. वाटल्यास मी रात्री डबा घेऊन येत जाईन. मॉरली एक सोबत आपल्याला हवीच आहे. दूर असलो तरी वाईट वाटतंच!'' कधी नव्हे ते मुग्धाच्या डोळ्यांत पाणी दाटलं.

''मी कठोर आहे, असं सगळे म्हणतात. माझ्या माहेरी माझी सावत्र आई... एकूण परिस्थितीमुळे मी झाले कठोर... सासरी आले, तर अप्पांचा असा स्वभाव... मोठ्यांकडून वात्सल्य मिळालंच नाही. ज्या वस्तू कौतुकानं मिळायला हव्या होत्या, त्या भांडून अन् हट्ट करून मिळवाव्या लागल्या. त्यामुळे मी व्यवहारी झाले. पण ह्याचा अर्थ, मनात मृदुभाव नाहीत, असं

थोडी होतं? अप्पांच्या निर्णयानं कविताएवढी नाही, तरी मी हादरले. अप्पांना सून म्हणून मी फारसं सुख देऊ शकले नाही, हा अपराधी भावही होताच. मान्य करते मी; माझा व्यवहारी स्वभाव आणि अप्पांचा तुसडा स्वभाव क्लॅश झाला. मला कवितासारखं वाऱ्याकडे पाठ करून वारं अंगावर झेलता नाही आलं. पण त्याचा अर्थ, मी अप्पांचा द्वेष केला, असाही नाही. माझ्या नवऱ्याचे ते जन्मदाते म्हणून आदर होता. पण तो व्यक्त ना मी करू शकले, ना अप्पांनी तशी संधी दिली.''

सगळे आश्चर्यानं मुग्धाचं बोलणं ऐकत होते. आजवर तिचा हा हळवा कोपरा कुणाच्याही समोर आला नव्हता.

मुग्धानं मग पटकन पाठमोरं होत आपली मान वळवली. चेहरा लपवला. आपलं हळवं रूप तिच्याहीसाठी अपरिचित होतं.

* * *

सकाळ झाली. अजून सूर्योदय झाला नव्हता. पक्ष्यांच्या घरट्यात जाग होती. बारीक स्वर घरट्या-घरट्यांतून निघून दिशा-दिशांना बांधत होते.

नेहानं स्लिपर घातल्या. दीपकच्या अंगावर पांघरूण टाकून ती अप्पांच्या खोलीत आली.

अप्पा तोंड धूत होते.

''अप्पाऽऽ''

''हो... आलो.''

ते नॅपकिननं तोंड पुसत कॉटवर बसले. सकाळची प्रसन्न आभा त्यांच्याही मन:स्थितीवर सायीसारखी जमली होती.

''अप्पा, चला ना. बाहेर बागेत जाऊ.''

''नको. अगं...''

''प्लीऽज...''

''बरं, चल...''

व्हरंड्यातल्या खुर्च्या तिनं बागेत घेतल्या.

''अप्पा, डोळे मिटा...''

''का?...''–अप्पा.

"ऐका निसर्ग काय काय बोलतो ते.''

अप्पांनी डोळे मिटले.

वेगवेगळी पाखरं वेगवेगळ्या ताना घेत होती. मधेच कावळ्यांची काव-कावही ऐकू येत होती. तीही मंगल वाटत होती.

"ऐकलंत अप्पा? पक्षी किती वेगवेगळ्या भाषेत बोलतात! सकाळचे प्रसन्न क्षणच जणू ते टिपून घेत असतात. प्रत्येकाची आपली भाषा, आपला स्वभाव. अगदी कावळ्यासकट. तो आपल्याला कर्कश वाटतो; पण त्याचा तो स्वर आहे, हाक मारायचा, प्रेम व्यक्त करायचा. ह्या वेगवेगळ्या भाषा निसर्गानं स्वीकारल्यात!''

"हे तू मला केवळ काव्यमय म्हणून बोलत नाही आहेस. तू काही सुचवू पाहातेयस–''

"हो अप्पा. '' तिनं हात पुढे केला. अप्पांनी तो हात धरला. ते हळूहळू बागेत फिरत होते. ती झाडांवरून प्रेमानं हात फिरवत होती.

मध्येच कोरफडीचं झुबकेदार झाड आलं.

तिनं हात फिरवता-फिरवता पटकन मागे घेतला.

"टोचली. एवढी औषधी वनस्पती, पण टोचते.''

"म्हणजे कोण...?''

"अं?...''

"कोरफड म्हणजे कोण?...'' अप्पांनी सरळ-सरळ विचारलं.

"तुम्ही सांगा.''

"मुग्धा. नाव मुग्धा, पण बोलणं टोकदार. माझ्या मुलाला फितवलं....''

"अप्पा, हेच सांगायचंय. मनावर किती भार आहे, तो जाणून घ्या. द्वेषाचा, रागाचा, तिरस्काराचा, अट्टहासाचा, उपहासाचा. 'मुग्धा' म्हटलं की तुम्ही तिरस्कारानं बोलता. पण कधी तुम्ही आत्मपरीक्षण केलेय? तुम्ही वडील आहात म्हणून तुमचा स्वभाव चालून घ्यायचा, तुम्ही केलेला उपहास सहन करायचा. अगदी तुमचं सगळं करणाऱ्या कवितालाही तुम्ही दांभिक समजता. पण तुम्ही व्यक्ती म्हणून कसे वागता, हे लक्षात घेतलंत कधी? प्रत्येक व्यक्ती आधी व्यक्ती असते, मग ती 'कुणाची कुणाची' 'कोण कोण' असते. मुग्धा आधी 'मुग्धा' आहे, मग तुमची सून...

अनिरुद्धची बायको, मुलांची आई आहे. प्रत्येक माणूस परिस्थितीप्रमाणे वेगवेगळं घडतं. कविता जॉइंट फॅमिलीतून आली, म्हणून सोशिक आहे. मुग्धा सावत्र आईच्या जाचात वाढल्याने 'अरे ला कारे' केल्याने कोरडी वाटते. पण लग्न होऊन सासरी आल्यावर तुम्ही कधी तिचे वडील होण्याचा प्रयत्न केलात? तिचं मन जाणून घेतलंत?... नुसतं कोरफड म्हटलं म्हणजे झालं! पण तिच्या व्यवहारी स्वभावामुळे अनिरुद्धचा बिझनेस सावरला, हेदेखील आपण लक्षात घ्यायला हवं. कविता तुमचं ऐकते. तुमच्या मनासारखं करते. पण तरी तुम्ही तिलाही बोलता. ती मनात नाराज होते."

"मी नाही पर्वा करत." अप्पा अट्टहासानं बोलले.

"मग त्यांच्या स्वभावावरही तुम्ही टिपण्णी करू शकत नाही. ह्यात नुकसान तुमचंच होतं. हे राग, द्वेष– हे तुमच्या मनावरचे भार आहेत. हृदयातल्या काळ्या सावल्या आहेत. ह्या सावल्या मनात स्वच्छ प्रकाश नाही येऊ देत. हे–हे... सगळं विसरा अप्पा. मृत्यूच्या आधी हा भार कमी करा. ना राग, ना लोभ, ना द्वेष... ना प्रेम..."

"प्रेमही?"

"हो. अतीव प्रेमही विसरा. राग-द्वेषासोबत येणारं प्रतिक्रियात्मक, एखाद्याच नात्याशी निगडित प्रेम विसरा. तर तुम्ही सर्वांवर, वस्तुमात्रावर प्रेम करू शकाल. एखाद्या व्यक्तीवरचं प्रेम हळूहळू अधिकाराकडे, अपेक्षांकडे वळतं. आणि त्यातून राग, उदासीनता, द्वेष ह्यांचा जन्म होतो. मनातला प्रेमभाव हवेसारखा सर्वांभूती असू द्या."

"हे सगळं जैन धर्मात आहे?"

"मला अजून कुठलाही धर्म नीटसा कळाला नाही. पण संगीतात षड्ज मनापासून लावला, की सर्व स्वर आपोआप चांगले लागतात... तसं हे होतं. तो आत्मिक सूर लावला, की सर्व विश्व तो सूर वेढून घेतो.

"अप्पा, अगदी आत्तापासून ह्या भावना विसरा. तुमच्या मुलांवरची नाराजी, कवितावरचा अधिकार... मुग्धाचा राग... नातवंडांबद्दलचं अलिप्तपण... आणि माझ्यावरचं प्रेम... बघा किती मुक्त वाटेल! शेवटी ह्या शृंखलाच आहेत. हे सर्व अनुभूतीचे विषय आहेत, म्हणून तुम्हीच ते

अनुभवायचे. मी जास्त बोलत नाही, पण मुक्त मनानं मरणापर्यंत जायला हवं.''

अप्पा पायरीवर टेकले. नेहाही शेजारी बसली. ते तिच्याकडे पाहत राहिले. 'आपल्या मुलीच्या मनाची माती आपणही ओळखू शकलो नाही. हा कुठला वेल तिच्या मनातून उगवून आभाळाच्या दिशेनं जातो आहे? हा तिची मानसिक स्थिती की प्रेमाची शक्ती?'

त्यांनी तिचे हात हातात घेतले.

''तू माझ्यापेक्षाही उंच झालीस का गं बेटा!'' इतकं हळवेपणानं त्याचं बोलणं...

''अप्पा, तुम्ही नेहमी आपली सावली आमच्यावर धरून राहावं, असं वाटतं. पण ह्या सावल्या... माँजींच्या!''

''त्यांनी त्या मायकेल अँजेलोसारखं कातळातून तुला कोरून काढलं, जे मी करू शकलो नाही. माझी मुलगी एवढं समंजस बोलते हे.. आनंददायी आहे आणि थोडं आश्चर्यकारकही. मी... मी तुझ्या म्हणण्यासारखं वागून पाहतो...''

''ओ:! थँक्स अप्पा.''

ते तिच्या मस्तकावर आपला हात फिरवत राहिले.

* * *

दुपारच्या जेवणाची वेळ होत आलेली. स्वयंपाकघरातून अनेक गंध येत होते.

अप्पा आपल्या खोलीचं दार उघडून बाहेर आले.

त्यांनी अत्यंत प्रयत्नपूर्वक आपला कडवटपणा बाजूला ठेवला होता.

ते डायनिंग टेबलाजवळ बसले. ''कविता, एक अर्धा कप चहा आण बरं.''

आवाजात आज्ञेऐवजी मार्दव आणणं किती अवघड असतं, हे त्यांच्या लक्षात आलं.

हे असं नेहा म्हणते, तसं वागणं आवश्यक आहेच का? असं वागताना पराभव झाल्यासारखं का वाटतंय?

मृत्यू जगलेला माणूस ● ५१

पण आपण इच्छामरण स्वीकारणार आहोत. तेव्हा हा पराभव नाही. हे जिंकणं आहे, ह्याचं आपण भान ठेवलं पाहिजे.

कविता मात्र आश्चर्यानं पाहत राहिली. अप्पा स्वत: होऊन डायनिंग टेबलाशी येऊन बसलेत, एवढ्या मृदू स्वरात ते चहा मागताहेत.. अतर्क्यच घडतंय!

''अप्पा...'' ती लगबगीनं आली.

''चहा ना... आणते हं...'' काय बोलायचं न कळून गोंधळून ती स्वयंपाक- घरात गेली.

''चहात आलं टाक थोडं...'' अप्पांनी मृदू स्वर टिकविला होता.

''हो–हो...'' अगदी तत्परतेनं कवितानं आलं हाती घेतलं. त्या भरात किसणीवर आलं जास्तच घासलं गेलं.

''घ्या अप्पा...''

ती बाजूला उभी होती.

''उभी का, बस ना!'' त्यांनी बाजूची खुर्ची दाखवत म्हटलं.

ती खुर्चीच्या काठावर अगदी ताठ बसली. आजवर अप्पांच्या बाजूला असा खुर्चीवर बसण्याचा प्रसंग आला नव्हता.

''आलं थोडं जास्त झालं चहात.'' मोठा प्रयत्नानं अप्पांनी आपला राग दडपत म्हटलं.

''वहिनी, अगं, थोडं दूध घाल चहात; आल्याचा तिखटपणा कमी होईल.''

नेहा समोर येत म्हणाली.

कविता दूध आणायला आत गेली.

''किती अवघड असतं ना अप्पा, सौम्य वागणं?'' नेहानं हळूच म्हटलं.

''हो.''

तेवढ्यात कविता दूध घेऊन आली. तिच्या हातून दूध थोडं जास्तच पडलं. तिचा चेहरा कावराबावरा झाला.

आता मात्र अप्पा रागवणार... क्षणभर अप्पा शांत बसले.

''नेहा, तू घेतेस थोडा चहा?''

"नको.'' नेहा आपलं हसू लपवत होती.

'आता हिला हसायला काय झालं?' अप्पा विचारात पडले.

"बरं, मग कविता; तू घे थोडा चहा.''

"हो...'' कविता खारीसारखी आत पळाली.

"अप्पा, तुमच्या ह्या मृदू वागण्यानं ती गोंधळली आहे हं...'' मुग्धा हसत म्हणाली.

"हो का?...'' अप्पा उद्गारले.

कवितानं आणलेल्या कपात अप्पांनी थोडा चहा ओतला.

"घे...!'' ते म्हणाले.

कवितानं अगदी भक्तिभावानं तो चहा घेतला.

'आता काय बोलावं बरं...' अप्पा आठवत होते.

"जेवायला काय केलं आहेस?...''

"अं... वरण... वांग्याची भाजी. काही... काही करू का तुमच्या आवडीचं?...'' अप्पा भूतकाळात गेले.

"माझी आई मेथीचे मुटकुळे करायची. मला ते फार आवडायचे. तुला येतात?...''

कविताचा चेहरा पडला.

"अप्पा... मला नाही येत. पण मुग्धाला येतात. मी तिला विचारून करते...''

"मुग्धा...!'' अप्पा थोडे अडखळले. "असं कर, संध्याकाळी मुग्धाला बोलावून घे इथेच आणि तिला करायला लाव. मला वाटतंऽऽ मेथीही मागवावी लागेल; नाही?...''

कविता आता मात्र उत्साहात आली. "तो प्रश्न नाही. मी 'ह्यांना' सांगते ना आणायला. रस्त्यातच बाजार आहे. चांगली मिळेल तिथे... मी करतेच फोन त्यांना.''

कविताची ती उत्साही लगबग... चेहऱ्यावरचा आनंद अप्पा पहिल्यांदा पाहत होते. आपलं चांगलं बोलणं समोरच्याला एवढं आनंद देऊन जातं? ते अंतर्मुख होऊन विचार करत होते.

"हॅलो मुग्धा...'' कवितानं मुग्धाला न राहवून फोन केला.

"हं, बोल..."

"अगं, आज अप्पांना तुझ्या हातचे मेथीचे मुटकुळे खायचे आहेत. तुला संध्याकाळी बोलावून घे म्हणाले."

"अगं, सांगतेस काय?..."

"मुग्धा, तुझा विश्वास बसणार नाही, पण आयुष्यात प्रथमच एक वेगळे अप्पा आज मी पाहिले आहेत. माझ्या हातचा चहा प्यायले... मला त्यातला थोडा चहा दिला. मुग्धा, इतकं छान वाटलं तो चहा शेअर करताना..."

अप्पा पॅसेजमधल्या खिडकीशी उभे होते. त्यांना कविताचं बोलणं ऐकू येत होतं.

'शेअर करणं...' अप्पा विचार करत होते. "खरंच, आपण चहा कविताशी शेअर केला. कविताला केवढा आनंद झाला! आणि... आणि आपल्यालाही. फक्त चहा शेअर करून हा आनंद आपल्याला मिळू शकतो, तर आनंद... भावना... स्वप्नं... आयुष्य शेअर करून केवढा आनंद मिळाला असता? आणि मिळू शकेल?... आपल्या मनाशीच मनमोकळेपणानं बोलायला आपण एवढं संकोचतो? आपलं मन आपल्यासाठी परकं आहे, तर इतरांची मनं केवढी परकी राहिली!"

"मुग्धा... तू येशील नं नक्की?"

"हो गं बाई. मलाच किती थ्रिलिंग वाटतंय! पण अप्पा बोलतील ना माझ्याशी? कारण त्यांचं-माझं पटायचं नाही..."

"त्यांनीच तर आपण होऊन तुला बोलावायला सांगितलंय. हळूहळू बोलतील गं..."

"कविता, मला भीती वाटते... कुठे काही अचानक घडणार तर नाही ना?..."

"नाही गं. असं वाटत तर नाही. वाटतं... उलट ते खूप प्रसन्न वाटताहेत... किती वेगळा चेहरा वाटतो त्यामुळे!"

अप्पा हळूच तिथून निघाले. आपल्या खोलीत आले. त्यांनी आरशात स्वतःकडे पाहिलं. कपाळावरच्या आठ्या नाहीशा झालेल्या होत्या. नेहमी आकुंचित असलेले डोळे आज शांत, आपल्या आकारात

दिसत होते. आणि डोळ्यांतले भाव...! हे आपणच का? मरणाच्या उंबऱ्याशी नेताना नेहा आपलं रूप कसं-कसं बदलणार आहे?

त्यांचं लक्ष प्रतिबिंबाच्या मागे गेलं. मागच्या त्यांच्या आणि पत्नीच्या फोटोचं प्रतिबिंबही त्यात पडलं होतं. फोटोतल्या ऊर्मिलाबाई सोज्वळ नजरेनं स्मित करत जणू आत्ताच्या त्यांच्या प्रतिबिंबाकडे पाहत होत्या. कदाचित त्या बोलून उठणार होत्या... 'हसलात ना शेवटी? थोडं माझ्यासोबतही हसायचं असतं...'

त्यांनी डोळे मिटले. सर्रऽऽकन भूतकाळ डोळ्यांपुढे येऊन गेला; ज्यात फक्त ऊर्मिलाबाईच होत्या. अनेक मुद्रांमधे, अनेक भावनांमधे... बहुतांशवेळा डोळ्यांत खिन्नता घेऊन. "आपल्या जीवनसाथीला आपण हेच देऊ शकलो? तिच्या डोळ्यांत आपण आनंदाच्या ज्योती पेटवू शकलो नाही. ते पुन:पुन्हा स्मरणाच्या प्रदेशात जात होते. पत्नीचं हरवलेलं स्मित शोधत होते. कधीतरी स्मित आठवलं... पण ते मुलांच्या बाबतीतलं. मुलांशी खेळताना, मुलांचे रिझल्ट लागल्यावर. ती तिची इच्छा असूनही आपल्या विश्वाशी निगडित होऊ शकली नाही. तिचं विश्व केवळ मुलांशीच निगडित राहिलं. तेल संपल्यावर कोरडी वात जळू शकत नाही, म्हणून की काय, आपलं प्रेम न मिळाल्यानं ती चरचरत अकाली जळून गेली. आपल्यामुळे, आपल्या ह्या स्वभावामुळे ती गेली? एवढे असह्य झालो आपण तिला?..."

त्यांना घाबरं होऊ लागलं.

"नेहाऽऽ" ते ओरडले.

नेहा बाहेरच्या खोलीतच गप्पा मारत बसली होती.

ती धावतच आत आली.

सोबत कविता...

"नेहा...." त्यांनी तिचा हात हाती घेतला. तो कापणारा हात तिचा आधार मागत होता.

नेहानं हळूच कविताला खूण केली. ती माघारी वळाली. अप्पांच्या रूमचं दार बंद केलं.

आता मात्र अप्पांनी लहान मुलासारखं नेहाच्या कमरेला धरलं.

ते गदगदत होते.

नेहाही बावरली. अप्पांचं असं हळवं रूप तिनं कधीही पाहिलं नव्हतं. मग हे असं गदगदून येणं तर अगदीच अशक्यप्राय वाटत होतं.

“अप्पा, काय झालं?”

“नेहा, मी ऊर्मिलेशी फार वाईट वागलो का गं?”

नेहाचा त्यांच्या पाठीवरून फिरणारा हात आखडला.

आईच्या दुःखाशी नेहाचंही नातं होतं. ती ते ओळखत होती. अनेकदा दीपकसोबत असताना त्याच्याकडून मिळणारी आपुलकी, प्रेम जाणून ती आईचा विचार करायची. तिचं एकाकीपण जाणवून तिचं मन गलबलायचं.

“अप्पा, आज अचानक आईची आठवण का आली?”

“माहिती नाही....”

खरं तर बंद दार किलकिलं करावं आणि त्यातून झपाट्यानं वारा, पाचोळा भिरभिरत आत यावा आणि त्या जोरानं दार सताड उघडावं; तसं झालं होतं. सगळ्या भावना कल्लोळून आल्या होत्या. त्यासोबत अपराधी भाव, स्वतःवरचा राग... आणि जुन्या आठवणी– हे सारं काही जागलं होतं.

“अप्पा, मोकळे व्हा. स्वतःच्या अहंकारातून मुक्त व्हा. हाच तो क्षण आहे. पश्चात्ताप का असेना, पण तो होणं महत्त्वाचं.”

“पण त्यानं ऊर्मिलाला...”

“आईला काय मिळणार?... ती कोरडीच गेली. कदाचित आत्मा वगैरे असेल तर मिळेल समाधान. हे की, सत्तराव्या वर्षी तरी आपल्या पतीला आपलं दुःख कळालं... अप्पा, मी बाहेर जाते. तुम्ही असं समजा, की आई तुमच्यासमोर आहे. आणि तुम्हाला तिच्याशी काही बोलायचंय... पश्चात्तापाचं, प्रेमाचं, आपलेपणाचं... बोला अप्पा. मुक्तपणे. तुमच्या स्वभावाचं कारण तिला सांगा. काही रहस्य असलं, तर सांगा; कदाचित ती ऐकलेही.. अं?...”

एवढंच म्हणून नेहा बाहेर निघून गेली. तिनं दार ओढून घेतलं.

ऊर्मिलाच्या फोटोसमोर अप्पा उभे राहिले.

"ऊर्मिला, तुला आपलं समजायचा मी खूप प्रयत्न केला. पण तू मला केवळ मालकीची वाटलीस... मला माफ कर. कारण..." पण त्यापुढे ते फारसं बोलू शकले नाहीत. आयुष्यात प्रथम ते पश्चात्तापानं एवढं रडत होते. पण ते अश्रू जिच्यापर्यंत जायला हवे होते, तिच्यापर्यंत पोहोचू शकत नव्हते.

* * *

संध्याकाळी साडेचार-पाचलाच मुग्धा आली. नेहा, कविता, मुग्धा– तिघीही टेबलापाशी बसून मेथी निवडत होत्या.

"नेहा, एवढी कशी गं बदललीस तू? कुणालाही खरं वाटणार नाही की ती तूच नेहा आहेस!" मुग्धानं विचारलं.

"दीपकनं आपल्या घरातली सर्व कल्पना मला दिली होती. घरातल्या परंपरा जुन्या होत्या; पण विचार प्रगल्भ होते. डोक्यावरून पदर वगैरे. पण ते सगळं मी स्वीकारलं. आधी प्रेमासाठी; नंतर मला ते आवडू लागलं. वहिनी, लहानपण बागडण्यात जातं.. मुलगी वयात आली की समाजातली, कॉलेजमधली समवयस्कांची राहणी उचलते, बोलणं उचलते. आता तिला 'स्वत:'सारखं व्हायचं असतं. आई,वडील, आजी ह्या घरच्यांपेक्षा वेगळं. पण त्यांच्याहून वेगळी होताना ती स्वत:सारखी न होता, समवयस्कांसारखी होते. मग लाँग स्कर्ट, टॉप, जीन्स तर कधी गुडघ्यावर पॅच असलेली जीन्स. ती एका नव्या पिढीची प्रतिनिधी म्हणून वावरू लागते. पण ते स्वत:ला सापडणं नसतं. मी माँजींना भेटले आणि मला ते कळालं. मला आधी वेष बदलणं अवघड वाटलं. पण माँजींनी कपड्यांचं वरवरपण आणि जाणिवांचं सखोलपण समजावून सांगितलं. जैन तत्त्वं समजावली. खरं सांगू? सगळी तत्त्वं पटतीलच असं नसतं, वहिनी. आणि सगळी तत्त्वं अंगीकारली, तर सर्वच महावीर होतील. पण त्यातलं एक तत्त्व जरी आपण स्वीकारलं, तरी ते आयुष्यभरासाठी व्रत म्हणून राहतं. माझ्या मनात तर सध्या नुसतेच त्या तत्त्वांचे कवडसे आहेत. पण त्यांनीही मी खूप बदलले."

"नया मुसलमान पाच बार नमाज पढता है..." मुग्धानं तिला चिडवलं.

पण नेहाला राग आला नाही.

"खरंय. तसंही असेल कदाचित. मी नुकतीच लग्न होऊन गेले आणि सर्व चांगली बाजू समोर आली. जे-जे त्या-त्या समाजात जन्मतात, वाढतात, मोठे होतात; त्यांना त्यातल्या उणिवा लक्षात येतात..." अचानक नेहा हसली.

"आधी मी माँजींशी वाद घालायचे."

"बापरे! तुझा वाद घालणं म्हणजे..." कवितानं मान हलवत हात जोडले.

"ऐक तर वहिनी... मी माँजींना म्हणायचे, धर्मात अपरिग्रह सांगितला आहे आणि आपल्या समाजात तर श्रीमंत लोक खूप आहेत. मग हा संपत्तीचा परिग्रह कसा चालतो?..."

"मग?..."

"माँजी काय म्हणाल्या माहित्येय? विशिष्ट धर्मात जन्मला म्हणून माणूस त्या धर्माचा होत नसतो; धर्म मनात जागला पाहिजे. तू संपूर्ण घराकडे बघू नकोस; आपल्या घरात जैन केवळ 'मी' आहे! त्या वेळी मी माँजींचं, त्यांच्या खोलीचं निरीक्षण केलं. एखाद्या वैभवी घरात माँजींच्या दोनच पांढऱ्या साड्या... झोपायला चटई आणि खोलीत फक्त जैन दर्शनाचं पुस्तक. बस... एवढंच. सकाळी एक वेळ जेवण. संध्याकाळच्या आत फक्त एखादं केळं..." नेहा गप्प बसली. तिच्या डोळ्यांपुढे माँजी साकारल्या असाव्यात. ती शून्यात जाऊन ते रूप आठवत होती. तिनं एक उसासा सोडला.

"दोन साड्यांवर गरिबीत दिवस काढणारे खूप आहेत आपल्या देशात. पण घरात वैभव असताना दोन साड्यांवर राहणं केवढं अवघड असतं, ते मी जाणलं. आणि मी मनानं बदलले. माँजी.. फार ग्रेट होत्या. साधेपणात माणूस अधिक स्वत:जवळ असतो..."

"वा:! माझी नणंद खूपच समजदार आहे. अंऽऽ... म्हणजे, मला ही समजदारी शिकायला हवी. मी नाही बुवा एवढी मॅच्युअर..."

आतून हे बोलणं ऐकणारे अप्पा मुग्धाच्या बोलण्यानं चमकले. तिच्या बोलण्यात सच्चेपणा होता.

अनेकदा इतरांचे दोष, चुका स्पष्टपणे सांगणारी मुग्धा स्वत:चाही दोष तेवढ्याच स्पष्टपणे कबूल करत होती.

"खरं सांगू नेहा? तुझ्यासारखा विचार करून बदलणं मला जमलंही नसतं. एवढ्या सगळ्यांसोबत राहायचे.. सगळं राहणीमान बदलून, विचार बदलून... अगं, अप्पांचा कठोर स्वभाव तर मी नाही सहन करू शकले, तर ह्या फार मोठ्या बाबी आहेत. खूपदा मीही विचार करायचे; असतो एखाद्याचा स्वभाव चिडका... रागीट... आपण त्या स्वभावाला स्वीकारायला हवं. स्वभावातली तेवढी शेड सोडली, तर बाकीचा माणूस चांगला असतो. त्या चांगल्या माणसाशी मी मैत्री नाही करू शकले, ह्याचं मला वाईट वाटतं. सासरे म्हणून मी केवळ आदर करू शकले; पण त्यापुढे मी जाऊ शकले नाही. माझ्यापेक्षा त्यांच्या स्वभावाशी कविताच ॲडजेस्ट झाली. म्हणजे, तिच्या सहनशील स्वभावामुळे का होईना..."

अप्पा ऐकत होते. मुग्धाच्या स्पष्ट स्वभावाची आणखी एक बाजू. तिच्या स्पष्टपणातलं प्रामणिकपण...

तिला खंत वाटत होती, की अप्पांच्या स्वभावाशी आपण मिळतं-जुळतं घेऊ शकलो नाही. पण आपण...आपण काय केलं? आपलं वय मुग्धापेक्षा अधिक, आपण अधिक मॅच्युअर; पण आपण आपल्या मनाला मुरड घालू शकलो नाही. आपण मोठेपणानं वागू शकलो नाही. आपल्यापेक्षा तर मुग्धा अधिक मॅच्युअर वाटते. कबूल करण्याचं धैर्य तिच्यात आहे.

का आपला स्वभाव असा झाला? का नाही आपण प्रेम करू शकलो?

संध्याकाळ झाली. अंधाराचे सूर कोपऱ्या-कोपऱ्यात थबकू लागले.

"अप्पा, जेवायला चलता?..." कवितानं येऊन विचारलं.

"हो. पण एक काम करू या– सगळेच एकदम बसू. मी तिकडेच येतो."

अप्पा खोलीत न जेवता टेबलवर जेवणार, ह्याचं सर्वांनाच आश्चर्य वाटलं.

दोघींनी पानं घेतली. सगळे टेबलांवर जास्तीच्या खुर्च्या घेऊन

मृत्यू जगलेला माणूस ● ५९

सामावले.

अप्पांनी मुटकुळं तोंडांत घातलं. मुग्धा कुतूहलानं पाहत होती.

"वा:! मुग्धा, मस्त झाली हं मुटकुळी. खरं सांगायचं तर माझ्या आईच्या हातच्या मुटकळ्यांपेक्षाही छान झाली. आता मी आहे तोपर्यंत एक दिवसाआड करत जा..." अप्पा बोलून गेले. सगळेच एकदम गप्प झाले.

'हे तर आपण विसरलोच...' या भावानं सगळ्यांनी एकमेकांकडे पाहिलं.

पाण्याचा घोट घेत... "हो अप्पा–" मुग्धा उत्तरली. "अप्पा, मुटकुळ्यांवर फोडणी घालू?...."

"हो..."

अप्पा चव घेत मुटकुळी खात होते. खरी चव वाढली होती मनामनात निर्माण झालेल्या बंधाने. सगळे जण गप्पा मारत होते. अनेक विषय– शेंडा-बुडखा नसलेले– बोलण्यात येत होते. त्यात सुसंबद्धताही नव्हती. अप्पा प्रथमच लक्ष घालून त्या गप्पा ऐकत होते. आपोआप त्या गप्पांमधे त्यांना रस वाटू लागला. वेगळ्याच हिंदोळ्यावर मन हिंदोळू लागलं.

मधेच ते 'हो नं... हंऽ अरेच्या...' असे उद्‌गार काढत होते. नकळत गप्पांत ओढले जात होते.

रात्र झाली. सगळे जण आपापल्या खोल्यांमधे पोहोचले. नेहा अप्पांच्या खोलीत आली. अप्पांच्या जवळ बसली.

"काय चाललंय?"

"थोडा विचार करतोय."

"काय?"

"हेच की, इतरांच्या हेतूबद्दल शंका ठेवू नाही. आणि माणसात दोष असतात, हे गृहीत धरावं म्हणजे माणसांवरचे राग कमी होऊ लागतात. आता पुढे काय टीचर?..." अप्पांनी चिडवत म्हटलं.

"मन असंच आनंदी ठेवायचं. आहात तोवर. आणि मनातला राग, अपमान सगळं विसरा. अप्पा, आपल्या हातात माफ करून टाकणं असतं.

जे कुणी कसे वागले, ते विसरून माफ करून टाका. माँजींनी मनात कुणाचाही राग उरू दिला नव्हता.''

''तुझ्या माँजींसारखं मला जमेल?''

''का नाही? माँजींनी पण स्वत:ला घडवलंच असेल ना? जन्मजात कुणीही समतोल नसतं. माँजी नेहमी म्हणायच्या, की आपण भावनांमुळे कुणाबद्दल राग, कुणाबद्दल द्वेष, प्रेम असं ठेवून स्वत:च्याच अस्तित्वाचे... जाणिवांचे तुकडे करत असतो. एक तुकडा द्वेषाचा... एक प्रेमाचा. एक आनंदाचा... एक दु:खाचा. माँजी म्हणायच्या, असं तुकड्यांत जगू नये. आयुष्य जाणीवपूर्वक एकसंध करायला हवं. हे राग, द्वेष विसरले की उरतो केवळ शांत भाव. तो जीवनाच्या तुकड्यांना सांधून टाकतो. एकसंध जीवन घडवतो.''

त्या शब्दांनी अप्पा आश्चर्यचकित होत होते. केवढ्या जाणीवपूर्वक आयुष्य जगल्या होत्या नेहाच्या माँजी!

''नेहा, माँजी एवढा विचार करायच्या; पण त्यांचं वागणं कसं होतं? की नुसतंच बोलण्यापुरतं?''

''अप्पा, माँजी मला सांगायच्या की त्यांना खूप राग यायचा. राग चटकन जायचाही; पण त्या रागाच्या भरात त्या संतापून काही बोलून जायच्या. माणसं दुखावली जायची. हळूहळू माँजींनी आपल्या रागावर नियंत्रण मिळवलं.''

''ते कसं? शंभर आकडे मोजून?''

''नाही अप्पा. माँजी मला म्हणाल्या होत्या, की आधी राग आला की तो त्यांना स्वाभाविक वाटायचा. त्या भरात बोलणं म्हणजे आपण योग्यच केलं वाटायचं. पण एकदा त्यांना कळालं– राग येणं, त्या भरात कुणाला बोलणं, हे योग्य नाही; चूक आहे. ते अस्वाभाविक आहे. मग प्रत्येक वेळी राग आला की त्या जाणीवपूर्वक 'आपण चुकतो आहोत', हे मनाला सांगायच्या. हळूहळू राग कमी होत गेला. राग, तिरस्कार, द्वेष ह्या मनाच्या चुका आहेत, अपराध आहेत, असं त्या म्हणायच्या. अप्पा, मी दोन वर्षं त्यांच्या सोबत राहिले. थोडी बदलले. पण मी अजून त्यांच्या सारखी एकसंध होऊ शकले नाही. कदाचित सर्व भावना भोगून झाल्यावर

ही एकसंधता येत असावी. प्रेम काय, सेक्स काय, वात्सल्य काय... त्याग, थोडा मत्सर, राग, द्वेष... ह्यांची ओळख झाल्यावरच कदाचित मी एकसंध आयुष्य मिळवू शकेन. सध्या तरी मी एका रेड कार्पेटवरून चालते आहे...''

''रेड कार्पेट...? ते कसं?''

''अप्पा, दोन वर्षांपूर्वी झालेलं लग्न.. नवं-नवं प्रेम, घरच्यांचं कौतुक, घरातलं वैभव... पण आयुष्य पुढे-पुढे जात राहील. माहिती नाही काय काय घडेल... चांगलं-वाईट...?'' आणि एकदमच नेहानं मान हलवली. नकारात्मक.

''काय झालं?''

''भविष्याचा विचार नाही करायचा.''

''अंऽऽ?''

''ते नंतर सांगेन. पण... अप्पा, ह्या काही दिवसांत कसं वाटतंय?''

अप्पांनी तिचे हात हातात घेतले आणि थोपटले. त्यांच्या डोळ्यांत वात्सल्यभाव स्पष्टपणे दिसत होते.

''नेहा, हे आधीच व्हायला हवं होतं. मी इच्छामरणाचा निर्णय घ्यावा आणि मग हे घडावं, असं व्हायचं नसतं...''

''हंऽऽ'' नेहानं एक सुस्कारा सोडला. ''देर आये, दुरुस्त आये... जीवन कळण्याचा एक क्षणही पूर्ण जीवनाएवढा महत्त्वाचा असतो...''

''असं माँजी म्हणाल्या...''

नेहाला हसू आलं.

''नेहा, तू आल्यापासून मी माझ्या मुलीशी कमी, पण माँजींशीच जास्त बोलतो आहे...''

''हो. कारण ह्या वेळी तुम्हाला माँजींचीच अधिक गरज आहे. अप्पा, सुना कशा वाटल्या ह्या दोन दिवसांत?...''

''खूप वेगळ्या. एक नवं रूप मी पाहू शकलो. केवळ सुना, मुलं म्हणून नाही; त्यांना व्यक्ती म्हणून पाहू लागलो. प्रत्येक जण आपापल्या जागी... स्वभावासकट बरोबर आहेत, हे जाणवलं...

''मग अप्पा, त्यांच्यावरचा राग विसरा ना! केवळ त्यांच्याचवरचा

नाही; इतरही लोकांवरचा. एका शितावरून भात शिजला की नाही पाहतात ना... तसं एका व्यक्तीवरून अनेक व्यक्ती जाणून घेत तुमच्या ऑफिसमधले शेजारी जे-जे कुणी होते, त्यांच्यावरचा राग... दीपकवरचा राग...!

"ओः दीपक...! कसा विसरलो मी त्याला? बोलाव त्याला...."

दीपकला नेहानं बोलावून आणलं. अप्पा डोळे भरून आपल्या जावयाकडे पाहत होते. चांगला स्मार्ट, शांत चेहऱ्याचा. डोळ्यांतली समज... ही समज होती, म्हणून तो आपल्या तिरसट सासऱ्यांना भेटायला आला होता.

"या जावईबापू, बसा..."

"अप्पाऽ... मी तुम्हाला अप्पा म्हटलं तर चालेल ना?..."

"हो..."

"अप्पा, मला दीपकच म्हणा. 'अरे दीपक' म्हटलेलं मला अधिक आवडेल. माझे पिताजी मला तसेच हाक मारायचे."

एका वाक्यातून दीपकनं नातं जोडलं — अगदी पिता-पुत्राचं. अप्पांच्या आणि त्याच्या गप्पा सुरू झाल्या. दीपक आपल्या धंद्याबद्दल सांगत होता. नवीन योजना सांगत होता.

"दीपक, कशी वागतेय आमची नेहा तुमच्या घरी?"

"अप्पा, खरं सांगू... लग्न करताना ती ॲडजेस्ट होऊ शकेल की नाही, असं वाटलं होतं. कारण तिचं राहणीमान, कौटुंबिक परिस्थिती आणि आमच्या घरची परिस्थिती ह्यात खूपच फरक होता. पण नेहानं माझी भीती खोटी सिद्ध केली. अगदी सहजपणे तिनं सगळी अंतरं पार केली. लग्न झालं की मुलीलाच बदलावं लागतं, हे कटू सत्य तिनं गोड मानून स्वीकारलं. आता अगदी आमच्या बिरादरीत तिचं उदाहरण नवीन सुनांना दिलं जातं."

"आणि तुझ्या माँजी होत्या तेव्हा?"

"माँजी तर काय... साध्वीच होत्या. त्या कधीच कुणाला वाईट म्हणायच्या नाहीत. आणि नेहावर तर त्या खूषच होत्या. आम्ही मुलं कधी माँजींजवळ जाऊन धर्माबद्दल बोललो नाही; पण नेहानं सगळं त्यांच्याकडून

समजून घेतलं. कधी वाद- ही घातला. राहणी बदलणं सोपं असतं, असं नेहा म्हणते. पण नवे विचार स्वीकारणं अवघड होतं. काही अपरिचित मर्यादा स्वीकारणं अवघड होतं. पण तिनं ते केलं. माँजींनी तिची आवड ओळखूनच तिला एम. ए. करायला प्रवृत्त केलं. अप्पा, मला सगळ्यात आश्चर्य तेव्हा वाटलं, की एकदा बोलता-बोलता माँजी बोलून गेल्या, की माझ्या वारसा नेहाच चालवू शकेल...''

''काय! एवढा विश्वास?''

''हो अप्पा. घरच्यांनाही आश्चर्य वाटलं...'' गप्पा रंगल्या होत्या.

''अप्पा, संथाऱ्याच्या आधी मनाचं शुद्धीकरण तुम्ही करणार, असं तेव्हा नेहा म्हणत होती.''

''हो. म्हणजे, नेहानंच तसं मला सजेस्ट केलं. आणि ती मला बरंच काही समजावून सांगते आहे. दीपक, आयुष्याच्या शेवटापर्यंत आपल्याला आयुष्य कळालंच नसावं, हे दुर्दैव असलं तरी आपल्या मुलीनं ते समजावून सांगावं, ह्यात फार आनंद आहे. मुलगी अशा वेळी आईच होऊन जाते. मी जाईन; पण वेगळ्या जाणिवेतून जाईन, असं मला वाटतंय.''

''खरंच अप्पा, माणसानं जगताना आणि मरताना नकार घेऊन जाऊ नाही. त्याच्याजवळ होकाराचं समाधान असावं...''

''दीपक, खरं सांगू? मला तुझ्याबद्दल खूप राग होता. वेगळ्या जातीचा म्हणून, न सांगता लग्न ठरवलं म्हणून. पण आज तो राग संपला आहे. सुनांवरचा राग संपला आहे. क्रेडिट गोज टू नेहा! तिनं बदलवलं मला. अजून तर खूप बदलायचंय. मग संथारा घ्यायचा.''

दीपकनं फक्त अप्पांच्या हातावर हात ठेवला. ''अप्पा, मी क्षमा मागायलाच आलो होतो. तुमच्या परवानगी असेल तर मी परत जातो. एकदा प्रायोपवेशन सुरू झालं, की मी परत येईन. चालेल ना?...''

किती सहजपणे दीपक प्रायोपवेशनाबद्दल बोलत होता. जैन समाजात ती एक बऱ्याचदा घडणारी घटना होती. तो मरणाचा उत्सव होता. प्रायोपवेशन त्याच्यासाठी अपरिचित संकल्पना नव्हती.

अप्पा मनातल्या मनात त्या सहजतेचं विश्लेषण करत होते.

अनिरुद्ध आणि मुग्धाचं येणं-जाणं ह्या काही दिवसांत बरंच वाढलं होतं. अप्पा आणि मुलं-सुनांमध्ये एक मोकळं वारं वाहत होतं.

अप्पा फारसे बोलू शकत नसले तरी त्यांच्या गप्पा ते मन लावून ऐकायचे. किती साध्यासुध्या रंगाचे संमिश्र फटकारे असतात आणि जीवन सौंदर्यवान होतं, हे अप्पांच्या लक्षात येत होतं.

त्या दिवशी अनिरुद्ध, मुग्धा आणि अप्पा तिघंच खोलीत होते. ती संधी साधत अप्पांनी अनिरुद्धला विचारलं, "तुम्ही दोघं वेगळे राहायला लागलात, ह्याचं कारण काय होतं?..."

अनिरुद्ध गप्पच राहिला.

थोड्या वेळानं तो आवाज साफ करत म्हणाला,

"अप्पा, वेगळं होताना मला फार वाईट वाटलं होतं. पण त्याशिवाय पर्यायच नव्हता."

"हं. पण वेगळं का व्हावं लागलं?..."

पुन्हा अनिरुद्ध गप्प बसला.

"मुग्धा?..."

नेहमी सडेतोड बोलणारी मुग्धाही चाचरली.

"अप्पा, राग नाही ना येणार?..."

"बघू या. पण राग आला तर जाईल, ही खात्री आहे."

"अप्पा, तुमच्या स्वभावाचा... आय मीन..."

"बोल, स्पष्ट बोल..."

"म्हणजे अप्पा, इतरांएवढी सहनशक्ती माझ्यातच नव्हती. तुमची चिडचिड, रागावणं, उगाचच तिरसट..."

"हं—हं... बोल. संकोचू नकोस..."

"तर, हे मला सहन होत नव्हतं. मी गुदमरत होते. त्यात माझा स्वभाव पडला स्पष्ट बोलणारा. एकतर स्वभाव आवरायचा तर मला त्रास व्हायचा आणि नाही आवरला तर आपल्यात वाद होऊन घरालाच टेन्शन यायचं. म्हणून ठरवलं की वेगळं व्हावं. कारण माझ्या स्वभावाचा तुम्हालाही त्रास होतच असणार. कविता- एवढं वाकणं मला जमलं नाही, ही माझी

मर्यादा होती. पण वेगळं झाल्यावर खूपदा अपराधी वाटायचं. तुम्ही कधी आजारी पडलात की... काही कार्यक्रम असला की... कारण तुमच्यात आणि आमच्यात अंतर वाढलं होतं. त्या अंतराचाही त्रास होत होता.''

अप्पा ऐकत होते.

''अप्पा, राग आला?''

''हो...''

''अप्पा, माफ...''

''तुझा नाही बेटा... मला माझाच राग आला. तू एवढा विचार वेगळं झाल्यावरही करत होतीस; पण मी... माझ्या मनात प्रचंड राग...''

अप्पा गप्प बसले.

नेहाही एव्हाना आत आली होती. तीही ऐकत होती.

मुग्धानं ओलावलेले डोळे कोरडे केले आणि ती हसली.

''अप्पा, किती बरं वाटलं हो 'बेटा' म्हटलंत तर! किती साध्या अपेक्षा असतात नाही मनाच्या! एका शब्दानं अंतर पुसलं जातं.''

अनिरुद्ध चुळबुळत होता. तो मुग्धासारखा शब्दांतून मोकळा होऊ शकत नव्हता आणि आपल्या वडिलांचं हे रूप तो प्रथमच पाहत होता.

''अप्पा, आज तुमच्या आवडीचं भरीत केलं आणि त्यात हरबऱ्याचे सोले टाकलेत...'' कविता आत येत म्हणाली. ''या-या, बसा मातोश्री!''

''अंऽऽ'' आपलं काही चुकलं की काय, म्हणून कविता गोंधळली.

''अगं, माझा लहरी स्वभाव सांभाळून घेतलास म्हणून 'मातोश्री' म्हटलं. लगेच कावरीबावरी होऊ नकोस.''

''हं...'' पण अप्पांच्या चेहऱ्यावरचं आनंदी हसणं आणि अगदी 'मातोश्री' ही पदवी देणं, ह्यामुळे तिचा गोंधळ काही कमी होत नव्हता.

रात्र झाली. नेहा अप्पांच्या खोलीत आली. खिडक्या बंद होत्या. तिनं खिडक्या उघडल्या. दाराशी थबकलेला वारा आत आला.

''आः! किती छान वाटलं गं वारं!'' अप्पा नेहाला म्हणाले.

''हंऽऽ अप्पा.... तुमच्याही मनाच्या दाराशी शब्द येऊन थबकला होता. पण तुम्ही तो बाहेर पडू दिला नाही. एकदा तो शब्द बाहेर पडू द्या.

नाही कुणासमोर, तर निदान तुमच्या मनात तरी!''

''कोणता शब्द?...'' अप्पांनी विचारलं.

''सॉरी... 'माफ कर' ह्यापैकी कोणताही एक. हा एक शब्द मनावरचं ओझं उचलून टाकतो. आपल्या आणि समोरच्या व्यक्तीच्याही. एक शब्द सर्व घटना, आकस पुसून टाकतो.''

''हंऽऽ'' अप्पा विचारात गढले. सगळं आयुष्य डोळ्यांपुढून सर्रकन सरकलं. काही हादरे देत, काही बोचत.

''अप्पा, धाडस नाही ना होत?''

''धाडस?... कितीही धाडस बांधलं तरी तुझ्या आईची कशी माफी मागू?... तिचे प्रेमाची याचना करणारे डोळे आठवतात. पण मी नाही देऊ शकलो प्रेम. आता वर गेलो की मागेन माफी. सर्व आयुष्याचा उधळलेला मनाचा पट ह्या दोन शब्दांनी कसा ठीक होईल? आणि तेही स्वर्ग... मेल्यानंतर पुर्नर्जीवन ह्या कल्पना करून! माझं चुकलं...फार चुकलं.'' ते गदगदत होते.

''पण हे का घडलं अप्पा? एवढी कटुता मनात का होती?''

अप्पांनी असहायपणे डोकं टेकवलं.

ते मान हलवत होते. भूतकाळातल्या घटना विसरता विसरल्या जात नव्हत्या.

''अप्पा, काही कारण आहे. नक्की आहे. तुम्ही नाही सांगू शकत...''

अप्पा खाली मान घालून गप्प होते. त्यांच्या चेहऱ्यावर अपराधी भाव पसरला होता.

''सांगा ना अप्पा?'' नेहा हट्टानं म्हणाली.

''नेहा, दोन व्यक्तींच्या बाबतीत माझ्याकडून अपराध घडला. आणि त्यातल्या एका व्यक्तीमुळे माझा स्वभाव बदलला आणि दुसरीमुळे मी स्वत:ला माफ करू शकलो नाही...''

''कोण होतं ते?''

''नाही नेहा, मी ते सांगू शकत नाही. ते आठवलं, की मी मातीसारखा भुसभुशीत होऊन जातो आणि मनातल्या मनात खचून जातो.''

"बरं अप्पा, मी त्या व्यक्ती कोण, हे विचारणार नाही. काय झालं, हेदेखील विचारणार नाही. पण प्रायोपवेशन सुरू करायच्या आधी माँजीनी खूप प्रयत्नपूर्वक आपला भूतकाळ विसरला होता. भविष्याचा विचार संपवला होता. त्या एकट्या होत्या. फक्त वर्तमान क्षणाचा एक क्षण पायाखाली घेऊन. ते किती अवघड होतं, ते मी पाहिलंय. खूपदा त्यांचं मन एका क्षणात भूतकाळात जायचं. मग त्या डोळे मिटून ध्यान करायच्या. मंत्र जपायच्या. स्ट्रेस टेस्ट घ्यावी, तसंच काहीसं ते होतं. काळाच्या येत्या क्षणावर जीवनाचा पाय ठेवत जायचं. कालची वेदना आज आठवायची नाही. कालचीच नाही, तर क्षणापूर्वीचीही. त्या दमत होत्या. मला त्या म्हणायच्या अप्पा, 'बहोत कठिन है काल के परे होना. हम समझते है हमारा जीवन गुजरे क्षणोंसे आनेवाले क्षणों तक लंबे रास्ते सा बिछा पडा है- लेकिन नहीं नेहा... भूतकाल के क्षणोंसे जीवन निकल चुका होता है। साँप के केंचुली की तरहा वह जीवनरहित होता है। और आनेवाला क्षण तो पता नहीं आये भी या नहीं। फिर भी हम इन कालोंके गलतफहमी को सम्हाले रहते है।' पण त्या ह्या त्रिकाळांच्या पलीकडे गेल्या. त्यासाठी त्यांनी सर्व आठवणींचा त्याग केला. सर्व सुखद, दुःखद. त्यांनी सर्वांची माफी मागितली. अप्पा, तुम्हीही त्या दोन्ही व्यक्तींची माफी मागा. त्यांना भेटा. कबुली द्या. बघा... तुम्ही भूतकाळाच्या बाहेर याल. निश्चित याल."

"असं वाटतं तुला?"

"हो..."

"बरं. मी उद्याच प्रवासाला निघतो. दोघांचे पत्ते शोधावे लागतील. ती कुठे असेल देव जाणे.." अप्पा बोलून गेले अन् गप्प झाले.

क्षणभर नेहानं त्यांच्याकडे पाहिलं.

"मला वाटलंच होतं अप्पा, तुमच्या ह्या स्वभावामागे कुणीतरी तरी स्त्री असणार."

"पण चूक तिची नाही; माझी होती. फार मोठा अपराध... हं ऽऽ..." अप्पा तळवे घासत होते.

अन्यायाच्या जाणिवेपेक्षा अपराधाची टोचणी फार मोठी असते, हे

अप्पांच्या लक्षात येत होतं.

"तू म्हणतेस तसं... जातोच मी... मागतो दोघांची क्षमा. पण... ते दोघं असतील का?..."

"म्हणजे?..."

"हयात असतील का? माझ्या वयाच्या आसपास त्यांची वयं असणार."

"तो पुढचा विचार. आधी क्षमा मागायची ठरवलंत ना? मग द्विधा होऊ नका. मी तुमचं सामान ठेवू? तुम्हाला एकट्याला प्रवास जमेल?..."

"जमेल. तसं मला फारसं काही झालेलं नाही."

"तरी निघालेत संथारा घ्यायला!" ती पुटपुटली.

"काय म्हणालीस?..."

"काही नाही. तब्येत चांगली आहे ह्याची जाणीव आहे, हे नशीब!" ती हसली.

तिनं एक लहानशी हँडबॅग घेतली.

"अप्पा, किती प्रवास करावा लागणार आहे?"

"किती प्रवास? वयाच्या पंचेचाळीस वर्षं मागे, एवढा लांब प्रवास!"

तिनं नुसतं त्यांच्याकडे पाहिलं. ती वयाचा हिशेब मांडत होती. म्हणजे, वयाच्या पंचविशीतले अप्पा... त्यांच्या लग्नाच्या एखादा वर्ष आधीचे. तिनं अप्पांच्या बाहूवर हात ठेवला. तिला खरंच अप्पांची आई व्हायचं होतं.

"नेहा... चार-पाच तासांचा प्रवास असेल. त्यानंतर पुढे दोन तास. दोन दिवस लागतील."

नेहानं दोन दिवसांचे कपडे ठेवले.

* * *

अप्पा साताऱ्यात पोहोचले.

किती वर्षं झाली हे गाव सोडून... केवढं बदललंय हे गाव! फक्त डोंगरकुशी जशाच्या तशा आहेत.

रिक्षा त्या गल्लीत थांबली.

ते रिक्षाबाहेर पडले.

मृत्यू जगलेला माणूस ● ६९

जुनी चाळ जाऊन तिथे मोठं कॉम्प्लेक्स उभं होतं.

आता कुणाला पत्ता विचारायचा?... त्यांनी खालच्या दुकानदारांना विचारलं,

"इथे दिघे राहायचे ना... ते आता कुठे राहातात?..."

"कोण दिघे...?" इथपासून सुरुवात झाली.

ते भाडेकरूंनाही विचारत होते. पण पंचेचाळीस वर्षांपूर्वीचं तिथे कुणीच नव्हतं.

अप्पांना कल्पना सुचली.

ते पोस्ट ऑफिसमधे गेले.

"मला पंचेचाळीस वर्षांपूर्वीचं रेकॉर्ड हवं आहे. कुणा रिटायर्ड पोस्टमनचा पत्ता द्याल?..."

अप्पांनी पोस्टमनचा पत्ता मिळविला. त्यांनी पुन्हा रिक्षा केली. पत्ता शोधत ते पोस्टमनकडे गेले.

"पवार, आधी जिथे हा वाडा होता, तिथे दहा नंबरच्या खोलीत दिघे कुटुंबीय राहायचे. त्यांचा बदललेला पत्ता मला हवा आहे. तुम्हाला मी म्हणाल तेवढे पैसे देतो. पण मला त्यांच्या पत्त्याची फार गरज आहे..."

पवारांचे डोळे धूसर झालेले होते. केस पिकलेले. सावळा रंग.

"दिघे ऽऽऽऽ" पवार आठवत म्हणाले... "हां ऽऽ! दिघे अचानकच सातारा सोडून गेले. त्यांनी फक्त मला पत्ता दिला होता; बाकी कुणाला नाही. म्हणून ते माझ्या लक्षात राहिले. सगळ्यांनाच आश्चर्य वाटलं होतं तेव्हा. जवळच्या लोकांनाही ठावठिकाणा सांगितला नव्हता. फक्त मी सोडून, कारण त्यांची पत्रं रिडायरेक्ट करायची होती. पण एक मात्र सांगतो भाऊ, आपण कुणालाही तो पत्ता सांगितला नाही. मग तुम्हाला तरी का सांगू?..."

"हे बघा, त्यांच्या मुलीच्या नावानं त्यांनी पॉलिसी काढली होती..."

"पंचेचाळीस वर्षांपूर्वी...?"

"हो." अप्पा ठामपणे म्हणाले. "जरा वेगळी स्कीम होती ती. खास स्त्रियांसाठी. ती पॉलिसी मॅच्युअर झाली. त्या मुलीला ते पैसे मिळतील

ना. चांगले साडेतीन लाख...''

''अरे वा:...! बरं, मी बघतो हं माझ्या त्या वर्षाच्या डायरीत. डायरीत महत्त्वाच्या नोंदी ठेवायचो मी. कदाचित सापडेलही पत्ता...''

पवारनी पंचेचाळीस डायऱ्या खाली काढल्या.

''काय राव... एवढं मोठं आयुष्य एवढ्याशा डायऱ्यांमधे नोंदलेलं... आपण असेच पांडू...''

पवार हसत म्हणाले.

''हं, घ्या– सापडली नोंद! ऑफिसात सगळा अनागोंदी कारभार. म्हणून बदललेले पत्ते मी माझ्या डायरीत नोंदवले... आपण साधं माणूस, पण आपलं काम चोख केल्याचं समाधान आहे बघा. हं, घ्या पत्ता.''

पत्ता कोल्हापूरचा होता.

हरवलेले पत्ते आणि माणसं शोधणं किती अवघड असतं, ह्याचा अनुभव अप्पा घेत होते.

त्यांनी पवारांचे आभार मानले.

''किती पैसे देऊ?''

''साडेतीन लाख...!''

''अं?...''

''त्या पोरीला हो... आता ती तरी पोर कुठली? आपल्यासारखीच म्हातारी झाली असणार.''

''तुम्हाला किती देऊ?''

''काही नको. तो माझ्या कामाचा एक भाग होता.''

''पण काम संपून वर दहा वर्षं झालीत.''

''कामं संपलीत भाऊ; पण कर्तव्य नाही संपत. पेन्शन घेतली, पण ह्या डायऱ्या फेकून देता नाही आल्या. आज कळालं, ह्या एका डायरीचं मोल साडेतीन लाख आहे! अजून ह्यात काय काय लपलं असेल, देव जाणे!''

'ह्या डायरीचं मोल केवढं आहे, ते मला माहिती बाबा. मी तर उगाचच रुपयाचा हिशोब सांगितला. इथे तर काळ आणि मनाचा हिशेब लागणार आहे.'

अप्पा मनात म्हणाले. आभार मानत त्यानं पवारांचा निरोप घेतला.

ते त्या लहानशा बंगलीपुढे उभे होते. 'दीपशिखा' नाव कोरलं होतं.

त्यांनी फाटक उघडलं.

त्यांच्यापुढे भूतकाळ साकारला. साधी पण स्मार्ट अंजली. सावळी, हुषार. कॉलेजमधे वक्तृत्व गाजविणारी. आपणही वक्तृत्वात भाग घेणारे. कधी ती प्रथम, कधी आपण. स्पर्धा, चढाओढ, चुरस... हळूहळू प्रेमात बदलत गेलं.

त्या प्रेमकथेत फारसं काही वेगळं नव्हतं. प्रणय, स्वप्नं, गप्पा, जवळीक.

...आणि एक फार मोठी चूकही.

एक नाही, दोन चुका. दोन्ही घोडचुका.

पहिली चूक अंजलीशी आलेला शारीरिक संबंध... दुसरी चूक अचानक वडिलांचं बोलावणं येणं... घरी गेल्यावर हे 'प्रेम प्रकरण' न खपून वडिलांनी तातडीनं लावलेलं लग्न... आणि आपण त्या वेळी बंड करून न उठणं.

'असे अनेक प्रेमभंग होतात. सातार्‍यात पाऊल ठेवशील, तर तुला घरातून आणि इस्टेटीतून बेदखल करेन', ही वडिलांनी सर्वांसमक्ष भरलेली तंबी.

त्या वेळी वडिलांपुढे वाकलो आणि आपण मनात कोसळलोच. आपण एवढे लेचेपेचे कसे, ह्याची खंत बाळगत आलो. विरोध करणं, वडिलांचा स्वभावधर्म होता. पण आपण विरोध मोडून काढला नाही, इस्टेटीवर लाथ मारली नाही; हा आपला अपराध.

ह्या अपराधाचं शासन आपण ऊर्मिलेला दिलं. ती नाही, तर आणखी दुसरी आपली पत्नी झाली असती. पण प्रेमाला दुराव्यात दोषी आपण तिला मानलं आणि आयुष्यभर तिला दुराव्याची शिक्षा ठोठावली. स्वत:चं मोडणं, तुटणं, ढेपाळणं... ह्याला आपण रागाचं लेपण लावलं. तिरसटपणाचा आधार दिला. कठोर रूपाचं एक बुजगावणं धारण केलं.

हळूहळू आपण तसेच होत गेलो. सर्वांसाठी असह्य, भीतीदायी.

ह्या भेकड माणसानं पुढे अंजलीचं काय झालं, ह्याचा शोधही घेतला नाही. तो शोध आज आपण घेतो आहोत. फाटकातून आत जात ते दारापुढे आले. दार उघडंच होतं. काही बोलण्याचे आवाज येत होते. कोण असतील हे लोक... तिच्या घरचे लोक? ...पती, मुलं?

ते दाराशी आले. आत डोकावले. समोरच्या खुर्चीवर अंजली बसली होती. तीच करारी मुद्रा, ताठ कणा, न रंगवलेले पांढरे केस, चष्मा, सुरकुतलेलं सावळं शरीर...

वयाच्या, वार्धक्याच्या सर्व खुणा व्यवस्थित होत्या. आलेल्या लोकांशी ती शांतपणे बोलत होती.

ते बघत होते, ऐकतही होते.

"मॅडम, कॉलेजमधे नवी फॅकल्टी सुरू करायची आहे. तुमचं मार्गदर्शन लागेल. कॉलेज उभारण्यात श्रेय तुमचं आहे..."

"पण आता मी रिटायर झाले आहे. तेही किती तरी वर्षं आधी.... आता मी कसलं मार्गदर्शन करणार?..." ती संकोचत म्हणत होती.

"नाही मॅडम, तुमच्या ओळखी आहेत. तुमच्या शब्दाला वजन आहे. अनेक कामं तुमच्यामुळे सोपी होतील..."

क्षणभर अंजली विचारात पडली. "ठीक आहे. माझ्यामुळे तुमची कामं सोपी होणार असली, तर मी येईन तुमच्या कमिटीत. पण माझा ॲक्टिव्ह पार्ट फार कमी असेल. आता फार काही करणं जमत नाही आणि करावंसही वाटत नाही." ती तिच्या स्वभावाप्रमाणे स्पष्ट सांगत होती.

"मॅडम, तुमच्या चिरंजीवांनाही लक्ष..."

अप्पा ऐकत होते.

म्हणजे, अंजलीला मुलगा आहे तर...! अप्पा ऐकता-ऐकता विचार करत होते.

"हो ना मॅडम... एवढे कलेक्टर आहेत ते..."

अंजली हसली. अभिमानानं.

'अंजलीचा मुलगा कलेक्टर आहे तर! आणि अंजलीचे पती...' ते

तिच्या गळ्याकडे, कपाळाकडे पाहत होते. दोन्ही रिते होते... 'अरे, म्हणजे तिचे पती गेले तर...' अप्पा मनाशी काही कयास बांधत होते.

तेवढ्यात अप्पांना बारीकसा खोकला आला. अंजलीनं त्यांच्या दिशेनं पाहिलं. क्षणभर तिनं सुरकुत्यांमधून चेहरा शोधायचा प्रयत्न केला. दुसऱ्या क्षणी ओळख पटली. तिनं निर्विकार होऊन त्यांच्याकडे रोखून पाहिलं. बाजूला एक खुर्ची रिकामी होती, तिच्याकडे निर्देश करत 'बसा' म्हटलं. अगदी कोरड्या स्वरात. त्या सगळ्या हालचालींमधे अधिकाराचा रुबाब होता. तिनं पुन्हा आपलं लक्ष त्या मंडळींकडे वळवलं.

"हे पाहा काळे, कमिटीत असो-नसो; मी आणि आजकाल माझा मुलगा नेहमीच कॉलेजच्या कामात सहकार्य करत आलो आहोत. कॉलेज माझ्या जीवनाचा एक भाग आहे."

"हो ना मॅडम... तुमच्याएवढं कॉलेजला आपलं कुणीच समजलं नाही." एक जण म्हणाले.

"मग कमिटीत मला नाही घेतलंत तरी माझ्या परीनं मी सहकार्य करेनच. उलट, माझ्या जागी एखाद्या नव्या व्यक्तीचा सहभाग करून घ्या."

"कसं सांगावं मॅडम... नुसतं तुम्ही कमिटीत आहात म्हटलं, की लोकांना स्फुरण येतं– एवढा आदर आहे तुमच्याबद्दल."

"बरं, तुम्हाला योग्य वाटेल तसं करा..." अंजलीनं परवानगी दिली.

"बाई, आणखी एक विनंती आहे."

"हं?..."

"तुमची एकाहत्तरी साजरी करायचीय."

"आता हे मात्र काहीतरीच!" अंजली न पटून म्हणाली.

"अहो, वय वाढतंय ते आपण अजून मेलो नाहीत, जिवंत आहोत म्हणून. त्यात आपलं काय श्रेय आहे?"

"ताई..." बोलणाऱ्याचे डोळे भरून आले. "अनेक वर्षं तुम्हाला पाहत आलोत. माणसाचं मोठेपण नुसतं जगण्या मरण्यात थोडीच असतं? मग तर शंभरी गाठलेल्या माणसाचेही सन्मान होतील. पण ह्या जन्म-

मरणामधे तुम्ही जे केलंत, त्याला तोड नाही...एकट्या बाईनं एवढं करावं...''

''का बरं? तुम्हा सर्वांचं प्रेम आणि सहकार्य होतं ना!...''

''ते खरं...पण आम्ही आपले पारंब्या...तुम्ही वडाचं झाड...सावली देणारं---तेही एकटं---''

पुन्हा तिच्या एकटेपणाचा उल्लेख आला. अप्पा अस्वस्थ झाले. म्हणजे, अंजलीच्या पतीचं निधन लवकर झालं तर...?

''ताई, तुम्ही कॉलेजातल्या मुलांना तर घडवलंच; पण स्वत:च्याही मुलाला आदर्श घडवलंत. तुमच्या विद्यार्थ्यांची ही इच्छा आहे....तेही येणार आहेत वेगळा वेळ घेऊन. त्यांच्या आग्रहाला तर तुम्ही डावलूच शकणार नाहीत.''

अंजलीनं डोळे मिटले.

''खरं सांगू...आजवर तुम्ही पाहिलंत– कुठलाही समारंभ, घरगुती कार्यक्रम माझ्याकडे झाला नाही. मला हे एकाहत्तरी वगैरे...''

''म्हणूनच मॅडम, कधीच कोणता समारंभ तुम्ही घरी केला नाहीत. तुमच्या रिटायरमेंटवरून आम्ही तुमचं वय शोधून काढलं. आता हा समारंभ होऊ द्या. मॅडम, तुम्हाला असं स्टेजवर पाहायचंय. भरजरी साडी नेसलेली. गळ्यात सत्काराचे हार घातलेले...केवळ तुम्ही आणि तुमच्याबद्दल बोलणं. तुम्ही सतत इतरांचे सत्कार करत आलात. मुलांना बक्षिसं देत आलात. अगदी साध्या रूपात. पण कधी तरी लक्ष्मीच्या रूपात सरस्वतीला पाहू द्या.'' बोलणारा अगदी मनापासून, तळमळीनं बोलत होता.

अंजली संकोचली.

''आम्ही कलेक्टर साहेबांशी बोलून घेतो...त्यांचीही अनुमती घेतो....'' तो उत्साहानं पुढे म्हणाला.

''अंहं, त्याची अनुमती घ्यायची गरज नाही. आयुष्यात सर्व निर्णय मी घेतले आहेत. मी...मी तुम्हाला थोडं विचार करून सांगेन.''

''बरं....पण ताई, निराश करू नका. सगळ्या गावाला तुमचं कौतुक करायचंय. तेवढं करू द्या...''

''हं...'' ती नुसतीच उदगारली.

''यावं मग आम्ही?....'' सर्वांनी विचारलं.

"हो...या."

सगळे नमस्कार करत गेले.

उरले फक्त अप्पा आणि अंजली.

अंजलीच्या त्या रूपानं, लोकांना तिच्याबद्दल वाटणाऱ्या आदरामुळे अप्पा भारले होते.

अस्वस्थ शांतता त्या खोलीत पसरली. शब्दांना मौन फुटलं होतं.

अखेर त्या शांततेचा भंग अंजलीनेच केला.

"कसे काय आलात विनायक?"

तिनं ज्या शांतपणे आत बोलावलं, त्याचं अप्पांना आश्चर्य वाटलं.

"बसा. अनेक वर्षांनी, आठवण आली विनायक?"

अप्पा दचकले. 'विनायक' आपलंच नाव. पण अनेक वर्षात कुणी उच्चारलं नव्हतं. केवळ कागदोपत्री ते होतं, एवढंच. पण अंजलीच्या ओठी ते आहे... आधी वेगळ्या संदर्भात, आता वेगळ्या संदर्भात.

त्यांना काय बोलावं– कळत नव्हतं.

"पत्ता कसा मिळाला?"

"मिळाला नाही; मिळवला." तिच्या कपाळाकडे पाहत अप्पा उतरले.

"अच्छा! जेव्हा पत्ता माहिती होता, तेव्हा आला नाहीत; आता पत्ता नव्हता तर मिळवून आलात."

अप्पा गप्प.

"कसे काय आलात?"

"तुला भेटायला..."

"हं..."

"कशी आहेस?..."

"म्हातारपणी जशी असावी, तशी..." अप्पा कानोसा घेत होते. घरात अगदी सामसुम होती.

आणखी खूप काही विचाराचंय, पण कसं विचारावं; अप्पांना कळत नव्हतं. ते चुळबुळत होते. अंजलीच्या ते लक्षात आलं.

"ठीक आहे. मी तुमचं काम सोपं करते. तुमच्या मनात जे प्रश्न

आहेत, त्यांची उत्तरं देते.

“मी इथे एकटी असते. आई-बाबा अर्थातच गेले. मला एक मुलगा आहे. त्यानं आय. ए. एस. केलंय. तो सध्या एका जिल्ह्याचा कलेक्टर आहे.”

त्यांनी समोरच्या भिंतीकडे पाहिलं. एका रुबाबदार मुलाचा तो फोटो होता.

“हो, तोच माझा मुलगा....”

अंजलीचा ‘माझा’ ह्या शब्दावर भरपूर जोर होता.

“मी एम. ए. केलं. इथे कॉलेजात प्राध्यापक होते. प्राचार्य म्हणून रिटायर झाले...”

“प्राचार्य! हो, तू हुषार होतीस तेवढी.”

“नाही; मी केवळ अभ्यासात हुषार होते.” ती छद्मी स्वरात म्हणाली.

“अंजली... तुझे पती?”

“जगाच्या दृष्टीनं माझे पती पंचेचाळीस वर्षांपूर्वी अपघातात वारले.”

“जगाच्या दृष्टीनं म्हणजे?...”

“माझं लग्नच झालं नव्हतं. आज मी हे स्पष्ट कबूल करू शकेन, अशा वयात आहे.”

“काय अंजली...! मग हा मुलगा?”

“पंचेचाळीस वर्षांपूर्वी एक चूक केली. त्यानंतर प्रेगन्सीमुळे आई-वडिलांना सातारा सोडावं लागलं. ‘काही’ करायची वेळ हातून निघून गेली होती. म्हणून आई वडिलांनी इथे आल्यावर आमच्या मुलीचा नवरा अपघातात गेला, असं सांगितलं. जग हळहळलं. जे सोसायचं, ते भरपूर सोसलं. पण त्या चुकीच्या बदल्यात परमेश्वरानं मला वरदान दिलं. माझा मुलगा, केवळ माझा. ‘एका पुरुषाशी लग्न. करायचं’, ही कल्पना किळसवाणी वाटावी, एवढी पुरुषाची किळस वाअत होती. कणखरपणे एकटी कंटिन्यू उभी राहिले. कॉलेज आणि मुलाची जबाबदारी पेलली. दोन्हीचं सार्थक झालं. कॉलेजनं मला प्राचार्या केलं आणि मुलानं एका हुषार, कर्तबगार मुलाची आई.”

मृत्यू जगलेला माणूस • ७७

ती बोलत होती. तिचा प्रत्येक शब्द अप्पांना हादरवत होता.

"म्हणजे हे मूल... माझं?"

"हो. दुर्दैवानं तुम्ही त्याचे अनौरस बाप आहात."

"अंऽ" अप्पा चमकून उद्गारले.

"हो. जे नातं सच्चं असतं, ते औरस असतं. जे खोटं आहे, दांभिक आहे, अप्रामाणिक आहे; ते अनौरस असतं.... जगाच्या दृष्टीनं काहीही असो, माझ्या दृष्टीनं असं आहे. आणि माझं जग मी आणि माझा मुलगा...माझं कॉलेज-एवढ्याशीच निगडित होतं. त्यात माझ्या इच्छा आणि स्वप्नांनाही मज्जाव होता."

अंजली अत्यंत कटू स्वरात कटू शब्द बोलत होती. पण अप्पांना त्यांचा राग येत नव्हता. होती एक अपराधी जाणीव. अंजलीच्या आयुष्याच्या गणिताचं एक उत्तर आपण अपेक्षित धरलं होतं; पण तिचं गणित अगदीच अवघड आणि उत्तरापलीकडे निघालं होतं.

"रागव अंजली, खूप रागव. अधिकार तुला आहे. कारण मी वागलोच तसा. पण खरं सांगू? आपल्यातला आलेला संबंध मला तसा गौण वाटला होता. मला वाटलं होतं, तू लग्न करशील..."

"आपल्यातला कोणता संबंध गौण वाटला?..." तिनं खोचकपणे विचारलं.

अप्पा निरुत्तर झाले.

"आपल्यातले सर्वच संबंध तुम्हाला गौण वाटले. भावनिक, विश्वासाचे, भविष्याच्या स्वप्नांचे, प्रेमाचे, शरीराचे... सर्व सर्व तुम्ही गौण समजलात. आणि लग्नाचं म्हणाल, तर जुन्या काळात लग्नपत्रिकेत मुलगा आणि मुलगी ह्यांचा 'शरीर संबंध होणार आहे,' असंच लिहिलं जाई. त्या दृष्टीनं हे एकांतातील लग्नच होतं. पण तुम्ही फसवे निघालात."

अप्पांनी मान खाली घातली.

"त्याचं...त्याचं नाव काय आहे?" त्यांनी चाचरत विचारलं.

"राहुल, अनिकेत, तनय किंवा आणखी कोणतं तरी..." पण नाव जाणून तुम्हाला काय करायचंय? तुम्हाला काय फरक पडतो?"

"मी त्याला भेटू शकेन?..."

“काय कराल भेटून? मी त्याला तुझे वडील वारलेत, असं सांगितलं आहे. ‘मी तुझा बाप आहे’, हे सांगायचं आणि ते सांगितल्यावर तो जे प्रश्न विचारेल त्याची उत्तरं देण्याचं धैर्य तुमच्यात आहे? तुम्ही काहीही सांगितलंत, तरी त्याचा माझ्याकडे पाहयचा दृष्टिकोन बदलणार नाही, हे निश्चित. कारण मी त्याला तसं घडवलं आहे. माझं व्रतस्थ जीवन त्यानं पाहिलं आहे....”

“पण मी असं का सांगेन?” अप्पा व्यथित स्वरात म्हणाले.

“कदाचित भेटीच्या दरम्यान तुम्ही भान विसरालही. विशेषत: माझा कर्तृत्ववान मुलगा पाहून तर निश्चित.”

एक पूर्ण आयुष्य स्टेकला लागलं होतं. चूक आपण केली आणि त्या चुकीची किंमत अंजलीनं आयुष्यभर मोजली. तिचं तारुण्य, मध्यम वय, प्रौढ वय त्या प्रवाहात न भोगताच वाहून गेलं होतं. ह्या कुठल्याही किनाऱ्याला तिच्या मनाचा स्पर्श झाला नव्हता. तिचं मन कर्तव्याच्या धारेतून वाहत अखेर वार्धक्यापर्यंत आलं होतं.

“अंजली, तू इथे एकटी का राहते? मुलाकडे जाऊ शकतेस.” त्यांनी न राहवून विचारलं.

“एकदा जमिनीतून उपटलेलं झाड नंतर पुन्हा रुजत नाही. मनातलं प्रेम उपटलं गेलं. नंतर प्रत्येक तऱ्हेच्या प्रेमापासून मी दूर राहिले. अगदी मुलाच्या बाबतीतही वात्सल्यापेक्षा कर्तव्यच अधिक झालं.... आणि आधीपासून एकटं राहायची सवय लागली. प्रेगन्सी, नंतर मूल होणं-ह्यानंतरही आई-वडिलांची दृष्टी मला सतत जाब विचारत असायची. आम्ही दुसऱ्या गावात गेलो तरी...मी विधवा आहे, हे समाजाला सांगूनही आणि एक व्रतस्थ जीवन जगूनही त्यांच्या दृष्टीतली नाराजी, काहीसा तिरस्कार कमी झाला नाही. जुन्या पिढीतल्या त्या लोकांसाठी कुमारी माता असणं, ही बाबच अतिशय भयंकर होती. ती दृष्टी सहन करत मी शिक्षण पूर्ण केलं. एम. ए. केलं आणि कॉलेजमधे प्राध्यापक म्हणून रुजू झाले....सतत जखमी होणारं मन आई-वडिलांपासूनही दूर पळू पाहत होतं....मी काय काय हरवलं, ह्याची जाणीव होतेय ना तुम्हाला?...माझे सगळ्यांशीच संबंध तुटत गेले. उरले ती केवळ आई आणि एक शिक्षिका

म्हणून. ह्या घराशी, झाडांशी, घरावरच्या आकाशाशी बांधले गेले. लहानसं दोघांपुरतं घर बांधलं, ही झाडं, वृक्ष लावले....कुणाची तरी सावली आपल्यावर आहे ह्याचं भान त्या झाडांमुळे होत राहिलं. मी स्वत:तच रुजले...झाडात रुजले. माणसापेक्षा निसर्ग अगदी निरुपद्रवी असतो. स्वाभाविक असतो. त्यात दंभ नसतो....मुलाच्या संसारात तरी मी उपरी का राहू? त्याच्यासाठी माझी ओळख केवळ एक 'आई' म्हणून असणार. पण इथे मी 'मी' आहे. माजी प्राचार्य म्हणून सन्मान आहे. माझा मुलगा आणि हा आदरही माझी मिळकत आहे..."

"तुझा माझ्यावर राग अजून आहे?"

"राग?...छे! राग परवडला; पण तुमच्या भित्रेपणाची मला किळस वाटली होती. गर्भारपण घेऊन मी आई-वडिलांना कशी सामोरी गेले, ते माझं मला माहिती. विधवा म्हणून एकटेपणानं कशी वावरले, हे माझं मला माहिती. पण तुम्ही...पुरुषासारखे पुरुष मात्र भित्रे निघालात... खरं तर षंढ निघालात...."

अप्पांनी मान खाली घातली.

"मला माझाच राग आला की, माझी पारख चुकली! उपाय एकच होता- भूतकाळात तो भाग मी फक्त दुमडूनच टाकला नाही, तर आयुष्यापासून तोडून टाकला. त्या नवथर भावनांसकट. प्रेम, वैवाहिक जीवनाची स्वप्नं, आयुष्याच्या जोडीदाराची साथ, वेदनेच्या वेळी कुणाचा धीर देणारा स्पर्श, संकटातली आश्वासक दृष्टी हे सर्व मी विसरले... माझं तरुणपण मी विसरले. कारण ह्या सर्वांवरचा माझा विश्वासच हरवला होता. माणुसकीवरचा अविश्वास जागवण्याचं परमकाम तुम्ही केलं होत....पण मी आईपण विसरले नाही. मुलाच्या डोक्यावर छाया बनून राहिले. स्वत: उन्हात उभं राहून. माझ्या उन्हाचं वैशिष्ट्य हे होतं, की ते आयुष्यभर उन्हाळ्याचंच रणरणत ऊन राहिलं. ते कधी पावसाळ्याचं किंवा हिवाळ्याचं उबदार उन्ह होऊ शकलं नाही.

"पण हे आज मी तुम्हाला का सांगतेय? कारण त्या सोसण्याच्या जाणिवांना ओलांडून मी कधीच पुढे आले आहे. आता सर्व शांत-शांत आहे.

“तुम्ही आजवर माझ्या स्मरणातही नव्हतात. मग आज अचानक असे का आलात? तुमच्या सहवासाची किंमत मी पूर्णपणे चुकवली आहे, असं मला वाटलं होतं. पण अजूनही काही चुकवणं बाकी आहे का? मला दिलेलं एकटेपण पुरेसं नव्हतं का; की आज आणखी काही...”

“नाही-नाही, अंजली...असं काहीही घ्यायला मी आलो नव्हतो. उलट, मलाच काही हवं आहे.”

“आता काय आहे माझ्याकडे द्यायला? फक्त माझा आत्मसन्मान आहे...”

अप्पांचे डोळे भरून आले. “आत्मसन्मान!...तोच माझ्याजवळ नाही. ह्या काही दिवसांत सतत मी आरोपीच्या पिंजऱ्यात उभा आहे.”

“माझी जन्मठेप आधीच भोगून झाली आहे...”

“मी अजून भोगतो आहे. आत्मग्लानीची शिक्षा...जन्मभरासाठी. माझ्या चुकीमुळे जो तुझा आत्मसन्मान हरवणार होता, तो तू जिवापाड जपलास. तू व्रतस्थपणे जगलीस. आपल्या मुलाला ‘माझं’ म्हणण्याचंही धैर्य माझ्यात नाही. मी कबूल करतो, माझा अपराध फार मोठा होता. क्षमा न करता येण्याएवढा. तुझ्यापुढे येण्या इतकं धैर्य माझ्याजवळ नव्हतं, तरी मी तुझा शोध घेत आलो. मी आलोय ते माफी मागायला. केवळ क्षमायाचना करायला.”

“आयुष्यभराची एक चूक एका शब्दानं सावरली जाते, विनायक? अन्याय केवळ माझ्यावर झाला, असं वाटतं का तुम्हाला? माझ्यापेक्षा अधिक गुदमर माझ्या इवल्याशा मुलानं सोसली. त्याची काही चूक नसताना. आई-वडील माझ्या सोबत होते. पण माझी चूक आणि त्या चुकीच्या परिणामस्वरूप माझा मुलगा त्यांच्या मनात जणू सलत होता. त्यांचं त्याच्याशी वागणं, त्याला हीन लेखणं, राग-राग करणं...आपलेच आई-वडील...असे वागू शकतात? त्यांना वाटलं होतं, की मी एकटी राहू शकणार नाही... माझ्याशी कसंही वागलं तरी मी समजू शकेन...पण माझ्या मुलाशी...? ते कोवळं घडणारं मन...ज्या मातीच्या गोळ्याला आकार द्यायचा, तो गोळा ते चिरडू पाहत होते. त्याचा परिणाम त्या इवल्याशा मुलावर व्हायला लागला होता. चार-पाच वर्षांच्या वयातच तो

मृत्यू जगलेला माणूस ● ८१

एकटा-एकटा राहायला लागला...'' अंजलीचा आवाज बोलता-बोलता भरून आला....''मी मुलाला जन्म काय ह्यासाठी दिला होता? माझ्या आई-वडिलांनी मला ओळखलंच नव्हतं. मी माझ्या मुलासाठी किती कठोर होऊ शकते, ते त्यांना माहिती नव्हतं. आधी तुम्ही दूर झालात... नंतर मी आई-बाबांना दूर केलं. मुलासाठी. त्याचा आत्मविश्वास जागवला. आज तो सुपरक्लास ऑफिसर आहे.... विनायक, तुम्ही त्याची माफी मागाल?''

अप्पांच्या पायांतलं बळच गेलं होतं. त्यांनी उसासा सोडला.

''तू मला माफ कर अथवा करू नकोस. पण मी तुझी माफी मागतो आहे. अपराध कबूल करतो आहे.'' ते तिच्या पायाशी वाकले.

''विनायक...!'' ती मागे सरकली.

''तुला दिवस गेले, मला माहिती नव्हतं. तू अविवाहित राहिलीस, हे माहिती नव्हतं. तुझे व्रतस्थ असणं, मला माहिती नव्हतं. पण म्हणून अपराधाची तीव्रता कमी होत नाही. पण... मला वाटलं होतं, तू सगळं विसरून लग्न केलं असशील... संसारात रमली असशील. आता मरणाला सामोरं जाताना हा सल काढावा वाटतोय. ह्या दुबळ्या माणसाला तू माफ कर.

हात जोडून उभ्या असलेल्या त्यांच्याकडे अंजली शुष्कपणे पाहत होती. ''विनायक, खरं सांगू... तुमच्यासाठी माझ्या मनात ना राग उरला, ना द्वेष. कारण मनात ठेवण्यासारखे तुम्ही नाही आहात. पण तुम्ही म्हणता आहात. तर माफ केलं तुम्हाला एक गोष्ट जाणायची मात्र इच्छा आहे. तुम्ही पत्नीशी कसे वागलात?'' अंजलीनं विचारलं.

''खरं सांगू? एक गणित चुकलं की सर्वच उत्तरं चुकतात...''

''चुकणारच. कारण आयुष्य गणित नसतं. आणि माणसं बीजगणिताप्रमाणे अ, ब, क ही नसतात. अ = ब = क म्हणजे अ = क असं गणिताप्रमाणे आयुष्यात अजिबात नसतं. ह्या अ, ब, क ना आयुष्यात स्वत:ची ओळख असते. केवळ ओळख नाही... स्वत्त्व असतं. 'अ' सारखाच वागणार; तो 'ब' किंवा 'क' सारखा नाही वागणार. तेच 'ब' आणि 'क' चंही. आणि तसं वागवण्याचा तुम्ही प्रयत्न केलात. जबरदस्ती केली तर माणसं तुटतात—'' अंजली म्हणाली.

"बरोबर आहे. माझं खूपच चुकलं. तुझ्यानंतर मी प्रेम हा शब्द कॉमन म्हणून कंसाबाहेर काढला. आणि तो कंसाबाहेर काढलेला शब्द विसरून गेलो. सर्व आयुष्य प्रेमाशिवाय काढलं. ह्या काही दिवसांत लक्षात आलं, की जो प्रेम हा शब्द मी कॉमन म्हणून बाहेर काढला होता, तोच फार स्पेशल होता. त्या शब्दाशिवाय झुरत माझी पत्नी गेली... पण आता ह्या काही दिवसांच्या आयुष्यात ह्या बाहेर काढलेल्या शब्दालाच कंसात घ्यायचं आणि कंसातलं सगळं बाहेर काढून टाकायचं आहे. राग, अपराधी, भावना, तिरस्कार.... तुला भेटलो... क्षमा मागितली. क्षमा मागायला जे धैर्य लागतं, ते गोळा केलं.... तू खोटं का होईना क्षमा केली म्हणालीस; मला तेवढं पुरेसं आहे. खरं तर तुझ्या ह्या परिपूर्ण व्यक्तिमत्त्वामुळेच मी मनातला सल कमी करू शकलो आहे."

अंजली मात्र आता शब्द संपल्याप्रमाणे गप्प बसली.

"अंजली, मी मरणाला सामोरं जातो आहे प्रायोपवेशन करून..."

"हं! तुम्ही मरणाला सामोरं जाता आहात आणि मी सतत जीवनाला सामोरी गेले— धैर्य गोळा करत. हा फरक आपल्या दोघांत राहिला. अेनी वे...तुमच्या धीटपणाला मी शुभेच्छा देते." त्यांचं मरणाला सामोरं जाणं, ही तिला फार मोठी घटना वाटत नव्हती.

"जातो मी..."

"हो."

तिनं अगदी परकं होत हात जोडले. तिच्या डोळ्यांत ना आकाश होतं, ना धरती. अगदी अंतरिक्षासारखे ते रिकामे रिकामे डोळे होते.

दुपारी झालेली अवहेलना रूपी प्रायश्चित घेऊन ते बाहेर पडले. पुढे जायचं आता? तेवढ्यात दूरवरून घंटेचा नाद आला.

ते त्या नादाच्या दिशेनं गेले.

मंदिरात आले. देवापुढे उभे राहिले.

मंदिर शांत होतं. दुपार असल्यानं कोणीही नव्हतं.

'परमेश्वरा, तिच्याकडून क्षमेची अपेक्षा नाहीये. पण हीन-दीन होत क्षमा- याचना केली. मला जी लहानशी चूक वाटली, ती तिच्यासाठी एवढी मोठी... आयुष्याचं वळणच बदलून टाकणारी घटना ठरेल, असं

वाटलं नव्हतं. तिने कसं सहन केलं असेल हे? कशी एकटी राहिली असेल? काय अपराध होता ऊर्मिलाचा? माझी पत्नी असण्याचा? मी नालायक. लायकी नसताना दोन व्यक्ती झुरत राहिल्या. आणि मी माझा राग, आठ्या, अहंकार सांभाळत बसलो. मला तुझ्या दारी तरी माफी आहे का?...'

तळमळून अप्पा मनाशी बोलत होते. घंटानादानं ते भानावर आले. पुजाऱ्यानं नैवेद्य लावला होता.

अप्पांनी आपले अश्रू पुसले.

खांबाशी टेकून बसले. अगदी शांतसे. खूप काही डोळ्यांतून वाहून गेलं होतं. मनापासून क्षमा मागितली होती. आपलं चुकलं, हे कबूल केलं होतं.

मनाचं एक कुलूप निखळून पडल्याचं अप्पांना जाणवलं. त्यातून हळूहळू मोकळं वारं येत होतं. ताठ उभी राहिलेली अंजली आठवून बरंही वाटलं. तिचा अभिमानही वाटून गेला. ऊर्मिलेचा चेहरा आठवून कणव दाटून आली.

'माफ करा बायांनो, तुम्ही मोठ्या होत्या. मी फार फार क्षुद्र होतो.' त्यांनी कबुली दिली.

पुजाऱ्यानं अप्पांकडे पाहिलं.

"नवे दिसता?"

"हो."

"घ्या प्रसाद."

त्यानं ताटातला प्रसाद अप्पांपुढे धरला.

अप्पांनी हात पुढे केला.

"देवाचा प्रसाद एका हातानं घेऊ नये; दोन्ही हातांनी ओंजळ करावी आणि कृतज्ञतेनं प्रसाद घ्यावा. असं घेतल्यानं प्रसाद सांडतही नाही." पुजाऱ्याच्या सांगण्यावरून अप्पांनी ओंजळ पुढे केली.

अशीच आयुष्याची ओंजळ आपण पुढे केली; पण परमेश्वरानं दिलेल्या शक्तींचा स्वीकार आपल्याला करता नाही आला. फटीतून आयुष्य निसटून गेलं. उरलं ते सगळं बेचव... म्हणजे, आपणच. आपण लोकांच्या आयुष्यात मिठाच्या खड्यासारखे पडलो. खरं तर एवढं अमूल्य आयुष्य आपण ओंजळीत

आदरानं घेतलंच नाही. हलगर्जीपणानं घेतलेलं आयुष्य वाया जाणारच होतं.

पण आता... असो... मरणाजवळ जाताना तरी बलपूर्वक जावं. आनंदात जावं. मित्राचं स्वागत करावं, तसं बाहू पसरून जावं.

मित्र... मित्र.

अप्पा पुन्हा अस्वस्थ झाले.

ते अस्वस्थपण घेऊनच ते देवळात दहा मिनिटं विसावले. आपल्या घरी राज्य करणारे... रागाचा, क्रोधाचा अंगरखा पांघरून वेगळेपण सिद्ध करणारे अप्पा देवळातल्या थंड फरशीवर हात उशाला घेऊन डोळे मिटून पडले होते.

ते बस स्टँडवर आले.

***

बेळगाव.

अरविंद मुलाटे.

अप्पांनी त्यांचाही पत्ता शोधला. रिक्षात बसले. रिक्शा 'कृतार्थ'समोर थांबली. मोठा दृष्ट लागेल, असा अद्ययावत बंगला. हिरवट काचा, समोर स्टीलचं चकाकतं रेलिंग. नक्की हाच ना अरविंदचा बंगला? अप्पांनी बाहेरचं काळ्याभोर ग्रॅनाईटमधलं सोनेरी अक्षरांतलं नाव वाचलं.

'हो. अरविंद मुलाटेच.

'तोच अरविंद– जो आपल्यासोबत सर्व्हिसमध्ये होता. आपल्या टेबलाशेजारी त्याचं टेबल होतं. अगदी एकमेकांचं टिफीन खाण्यापासून दुपारचा चहाही त्याचा व आपला सोबत होत असे.'... अप्पा आठवत होते.

अरविंद खूप प्रामाणिक, साधा, सच्चा. त्याचं अक्षर कधी ओळ सोडून गेलं नाही. त्याचं वागणं कधी प्रामाणिकपणा सोडून गेलं नाही.

इतका प्रामाणिक माणूस सिस्टममध्ये खिळ्यासारखा टोचणारा असतो, सगळ्यांचा नावडता असतो; परवडणारा नसतो, हे एकूण त्यांच्या कलिग्जच्या वागण्यावरून त्यांच्या लक्षात आलं. अरविंद त्यांना आवडत होता, पण ते त्याच्या सारखे होऊ शकत नव्हते.

अरविंद त्यांना आपला मित्र मानायचा. काहीही घरात घडामोड होऊन मन:स्थिती बिघडली की तो अप्पांजवळ मन मोकळं करीत असे. कधी

हातउसने हवे असले की अप्पांना मागत असे.

अप्पांनाही तो आपला मित्रच वाटत होता. पण ते वाटणं वरवरचं आहे, हे काही दिवसांनीच त्यांच्या लक्षात आलं.

ऑफिसमध्ये मोठी खरेदी होणार होती. शेतकऱ्यांना दुष्काळी योजनेत पाण्याचे पंप देण्यात येणार होते.

त्यासाठी सर्व डीलर्सकडून निविदा मागविण्यात आल्या होत्या. दोन दिवसांनी त्या सीलबंद निविदा सर्वांसमोर उघडण्यात येणार होत्या.

रात्रीच अप्पांच्या घरी एका डीलरचा माणूस पोहोचला. "तुम्हाला श्रॉफ साहेबांनी बोलावलंय."

अप्पांची आणि डीलरची भेट झाली.

डीलरनं आपणं मागणं सरळ-सरळ अप्पांपुढे ठेवलं.

"मी तुम्हाला पन्नास हजार देईन. पण त्या निविदांमधे कोट केलेले रेट्स मला कळायला हवेत."

"पण– हे चूक आहे."

"चूक-बरोबर काय त्यात? तुम्ही कुणाला तरी ऑर्डर देणार; ती निश्चितपणे मला हवी, एवढंच."

"हो... पण..."

"ठीक आहे. मी पंच्याहत्तर हजार देईन. आणि तुम्ही हे काम केलं नाहीत, तर दुसरं कुणी करेल. यू आर नॉट द वन अ‍ॅन्ड ओन्ली, बट यू आर वन ऑफ द.. विचार करा."

'विचार काय करायचा होता त्यात? आपण नाही, तर आणखी कुणी हे काम करणार... मग आपणच करू या.' त्या वेळी अप्पांनी विचार केला.

नेमक्या निविदा अरविंदच्या अलमारीत कुलपबंद होत्या.

मधे फक्त एक दिवस होता.

त्या एक दिवसात अरविंदच्या किल्ल्या हस्तगत करणं, अलमारी उघडणं, निविदा उघडून सगळ्यांनी कोट केलेले रेट्स पाहणं– हे सगळं करायचं होतं.

अरविंद जेवढा भोळा होता, तेवढाच विश्वास ठेवणारा होता.

मग अरविंदला घाईघाईनं फोन आला. ज्या फोनवर त्याची आई

अचानक हॉस्पिटलमध्ये ॲडमिट केली गेली, हे सांगण्यात आलं. अरविंदची घाई-गडबड. त्या गडबडीत ड्रॉवरमधे विसरलेल्या किल्ल्या... पुढचं काम अगदी सोपं होतं. अरविंद पाऊण तासात परत येईपर्यंत अप्पांनी ते काम करून टाकलं. पाऊण तासानं अरविंद आला. थकलेला, पण चेहऱ्यावर हसूही असलेला.

"अरे, कुणीतरी मिस्‌चिफ केली यार. काहीही झालं नाही आईला. अगदी ठणठणीत आहे. उगीच माझी मात्र धावपळ झाली."

अप्पांना मनातल्या मनात हसू आलं. 'उगाच नाही बाबा... माझं पंचाहत्तर हजारांचं काम झालं!' ते मनात म्हणाले.

निविदा उघडण्यात आल्या.

...आणि सगळे आश्चर्यचकित झाले.

फक्त एका रुपयाच्या फरकानं श्रॉफची निविदा भरण्यात आली होती.

हे कसं शक्य आहे? चर्चा झाली. चौकशी झाली. संशयाची सुई अर्थातच अरविंदकडे वळाली. कारण त्याच्या कस्टडीत निविदा होत्या. पाकिटं उघडल्याचं सिद्ध झालं.

अरविंद आधी गोंधळला.

"नाही... नाही हो.. मी काहीही केलं नाही. तुम्ही माझं आधीचं रेकॉर्ड पाहा. मी कधी असा गैरव्यवहार केला नाही."

पोलीस आले. प्रश्नांची फैर झडली. साधाभोळा अरविंद त्या गोंधळात अडकत गेला. पाय खोलात अडकत गेला. हळूहळू अरविंद बधिर होत गेला. आपण कसे गुंतलो, निविदांचा काय गोंधळ झाला, हे त्याच्या आकलनापलीकडचं होतं.

"विनायक... अरे, तू तरी सांग सर्वांना... मी फ्रॉड करू शकत नाही. तू ओळखतोस ना मला? मी कधी इकडचा पैसा तिकडे केला का?" तो कळवळून विचारत होता.

"अरे, हा कलंक... मी कसा सहन करू? आयुष्यभरासाठी माझ्या माथ्यावर हा कलंक राहील. काहीतरी कर रे विनायक!..."

"काय करू सांग अरविंद? त्यांनी ठपका ठेवला आहे. निविदेच्या कोटेशनमधे जो आकडा आहे, तो खरंच चक्रावून टाकणारा आहे.... पण

तुझ्यावर हे बालंट उगाच आलंय..."

खरं तर ह्या तऱ्हेनं हे प्रकरण वळण घेईल, काही गडबड झाली, हे इतरांच्या लक्षात येईल आणि संशय अरविंदवर जाईल, असं अप्पांनाही वाटलं नव्हतं. सगळं गुपचूप केलेलं गुपचूपच निस्तरलं जाईल, असं त्यांना वाटलं होतं. पण केवळ एका रुपायानं घात केला होता. किमान पाच रुपये तरी फरक ठेवायला हवा होता. एवढा घोटाळा झाला! अपराध आपण केला आणि दोषी अरविंदला धरण्यात आलं. आपण काही करू शकू?... काय?... गुन्हा कबूल?... छे–छे... आपल्या अंगाशी हे येऊ देता आलं नाही पाहिजे... अप्पा गप्प बसले होते.

गुन्हा सिद्ध झाला नाही, तरी काही गडबड झाली ह्याची सर्वांना खात्री होती आणि गुन्हेगार अरविंदच असला पाहिजे, हेदेखील निश्चित होतं. अरविंदसारखी व्यक्ती कुणालाच ऑफिसमध्ये नको होती. अरविंदला अखेर सस्पेंड करण्यात आलं. गुन्हा सिद्ध न झाल्यानं शिक्षा झाली नाही, एवढंच. पण अरविंदसारख्या प्रामाणिक व्यक्तीला सस्पेंड होणं आणि कारकिर्दीला बट्टा लागणं, हीच फार मोठी शिक्षा होती.

अरविंद अस्वस्थ झाला होता. त्याचं नेहमीचं निर्मळ स्मित पुसलं गेलं होतं.

"विनायक, खरंच सांग, तू माझा जवळचा मित्र आहेस. खरंच ही गडबड मुद्दाम केली गेली असेल?... आणि केली असेल, तर कुणी केली असेल? कधी?..."

"मला तरी वाटतं, हा एक केवळ को-इन्सिडन्स असावा आणि तुझ्या नशिबानं तुला दगा दिला."

अप्पांना आठवलं-आपण केवढं आग्रहपूर्वक हे विधान केलं होतं. 'हे कुणी केलं' ह्याचा त्यानं फार विचार करू नये, म्हणून आपण ते नशिबावर ढकललं.

अखेर निरपराध अरविंदला ऑफिस सोडावं लागलं. बऱ्याचदा तो त्यांना दिसायचा. सैरभैर झालेला, विस्कटलेला, दाढीचे खुंट वाढलेला.

अप्पांना अपराधी वाटायचं. त्यानंतर असा प्रकार कधीही करायचा नाही, हे त्यांनी मनाशी पक्केपणानं ठरवलं. पण त्यानं अरविंदचं विस्कटलेलं

जीवन पुन्हा सावरणार नव्हतं.

अप्पांनी नंतर तिथून स्वत:ची बदली करवून घेतली होती.

जायच्या आधी ते अरविंदला भेटायला गेले होते.

''विनायक, तूही चाललास का?... मला फार एकटं वाटतंय बघ. तू यायचास, बोलायचास. तुला खात्रीनं माहिती होतं, की 'तो' मी नाही. फार अवघड जातंय हा कलंक बाळगणं... कसं ह्यातून सावरायचं? काय करायचं, हे काहीही मला कळत नाहीये..''

''सगळ्यातून मार्ग निघत असतो. थोडा धीर धर. काळच औषध असतो.'' त्यांनी नजर चोरत सांगितलं होतं.

''विनायक, माझ्या संपर्कात राहशील ना निदान मी सावरेपर्यंत तरी? तुझी बदलीही अशा वेळी झाली, की मला तुझी अत्यंत गरज होती.''

भेटायचं-संपर्काचं आश्वासन देऊन अप्पा दुसऱ्या गावी गेले. अरविंदपासून दूर जायला त्यांनी बदली करवून घेतली होती, त्यामुळे पुन्हा संपर्काचा प्रश्नच नव्हता.

पण आज ती वेळ आली.

दोन्ही चुका मान्य करणं अवघड काम होतं. कारण चुका खरोखरच अक्षम्य होत्या. त्या-त्या व्यक्तीच्या जीवनावर सखोल परिणाम करणाऱ्या होत्या.

एक दिव्यातून तर आपण पार पडलो...

आता... अरविंद...

त्या मोठ्या घराच्या गेटपाशी घुटमळल्याबरोबर कुत्र्याच्या जोरानं भुंकण्याचा आवाज आला. पाठोपाठ धावत एक पहारेकरी आला.

'वा:! बरंच मोठं काम दिसतंय!'

पहारेकऱ्याच्या त्या ड्रेसकडे बघत अप्पा मनात म्हणाले.

''किससे मिलना है?...''

''अरविंद से...''

ते एकेरी संबोधन ऐकून पहारेकऱ्यानं त्यांच्याकडे रोखून पाहिलं.

''तुम्हारा नाम?''

''अरविंद से कहना विनायक आया है!''

पहारेकरी आत गेला.

"आईये..." त्यानं गेट उघडत अप्पांना आत घेतलं.

ऐश्वर्यसंपन्न असा तो बंगला. सर्वत्र ग्रॅनाईट आणि संगमरवराचा वापर.

आत हॉलमधे गेल्यावर तर अप्पा पाहतच राहिले. ऐश्वर्य आणि सौंदर्य या दोहोंचा मिलाफ तिथे होता.

ते सोफ्यात बसले, तर आत जणू बुडून गेले. लहान मुलासारखी गंमत वाटून त्यांनी एकदा बसल्या-बसल्याच उडी मारल्यासारखं केलं.

"वा:! गुरूऽऽऽ"

त्यांनी समोर पाहिलं. समोर तुकतुकीत कांतीची, भारदस्त टक्कल असलेली व्यक्ती... पांढरेशुभ्र कपडे.. कुर्ता आणि धोतर...

"अरविंद...!"

"एवढा वेळ लागतो ओळखायला गुरू?"

"गुरू?..." अप्पांनी नकळत प्रश्न केला.

"बरं, विनायक! अरे बाबा, आयुष्यात प्रत्येक व्यक्ती आपल्याला काही तरी शिकवून जात असते, म्हणून प्रत्येक व्यक्तीला गुरू समजायचं. तूही मला खूप काही शिकवून गेलास, म्हणून तूही गुरू."

अप्पा कसंनुसं हसले. कसं सांगावं?...

"बरं... विनायक, कसा आहेस तू?..."

"ठीक आहे...."

"रिटायर वगैरे झालास?"

"केव्हाच!..."

"अरे, हो! आपण सत्तरी ओलांडली नाही का! मी मात्र अजूनही माझ्या बिझनेसमधे बिझी आहे, त्यामुळे वय-बिय काही लक्षात राहत नाही..." बोलता- बोलता अरविंदनं सोफ्याजवळचं बटण दाबलं. आत बेल वाजली. नोकर बाहेर आला.

"बाईसाहेबांना बाहेर बोलावलंय म्हणून सांग. आणि ह्यांच्यासाठी नाश्ता आण..."

नोकर आत गेला.

"काय रे... आपण शेवटचं भेटलो तेव्हा तू संपर्कात राहाशील, असं

म्हणाला होतास. पण लगेच विसरलास मला... अगदी आज आठवण आली?''

'तुला मी कसा विसरेन,' असं त्यांना म्हणावंसं वाटलं. ''काय आहे त्याचं... धकाधकीच्या आयुष्यात संपर्क ठेवणं जमलंच नाही बघ.. पण तू... खूप काही जमा केलंस. कसं काय?...''

''कसं काय, विचारता गुरू! अरे... प्रचंड डिप्रेशनमधे गेलो होतो ती घटना घडल्यावर. त्यातून बाहेर येण्यासाठी सायकिॲट्रिस्टची मदत घ्यावी लागली. सगळं जग स्वत:सारखं साधं-भोळं समजत होतो. पण ते तसं नसतं, हे कळालं. नंतर सावरल्यावर मी त्या प्रकरणाचा छडा लावला....''

''काय?....'' अप्पांच्या हृदयाचे कितीतरी ठोके भरभर पडले.

''हं... जिद्दीनं छडा लावला. अगदी त्या डीलरला भेटून... वा: गुरू...! चांगली शेंडी लावलीत तुम्ही आम्हाला...!'' अरविंद डोळे मिचकावत म्हणाला.

अप्पा खूपच गोंधळले होते.

''तुला काय वाटलं विनायक, तू एवढं काही करशील आणि कुणालाही काही कळणार नाही?... ती सगळी माहिती मी बॉसना दाखवली. बॉस मला पुन्हा सर्व्हिसमधे घेणार होते आणि तुला...''

''मला?''

''सस्पेंड-!''

''काय!...मला सस्पेंड?''

''हं. पण मीच त्यांना म्हटलं... जे झालं, ते होऊन गेलं. आणि सर्व्हिसमधे राहायला मी अनफिट आहे. मलाच सर्व्हिस नको आहे. आणि विनायकचं- आय मिन, तुझं- म्हणायचं, तर तो माझा मित्र होता. काही काळ का होईना, त्यानं मला साथ दिली आहे. त्याला आपण माफ केलं... माफ...''

रुबाबात त्यानं हात हलवला.

अप्पांनी मान खाली घातली.

तेवढ्यात कुणाचा तरी पायरव ऐकू आला.

अप्पांनी वर पाहिलं.

अरविंदची पत्नी. वय झालेलं, पण सुबत्तेत नीट-नेटकं राखलेलं शरीर. अंगावर आवश्यक ते झळझळते दागिने, कानातल्या हिऱ्यांच्या कुडीची शल्का चेहऱ्याच्या सुरकुतीत अडकत होती.

"ये विभा. हाऽऽ.. विनायक..."

"कायऽऽ विनायक!" विभा उद्‌गारली. त्या उद्‌गारात आश्चर्य आणि धक्का दोन्ही होतं.

नंतर मात्र तिच्या कपाळावर एक आठी उमटली. डोळे काहीसे निर्विकार. काय प्रतिक्रिया द्यावी, हे न कळाल्यानं... भूतकाळ आठवून... मधला गेलेला काळ सावरत... किंचित ट्रान्समधे गेलेली.

"विभा, ये बस... विनायक, माझा सगळ्यात मोठा गुरू... खूप जवळचा..."

"हं...." तिनं हातही जोडले नाहीत.

"तर, विनायक... नंतर मी प्रॉडक्शन सुरू केलं आणि विभा कोण माहित्येय?... आपल्या बॉसची मुलगी. माझं निरपराधपण आणि प्रामाणिकपणा बॉसना भावला आणि मिस्टर घाटे माझे सासरे झाले..."

"घाटे... म्हणजे मराठा..."

"विनायक, माणसाच्या दोनच जाती असतात. प्रामाणिक आणि अप्रमाणिक. आम्ही दोघं एकाच जातीचे होतो. ते हळहळले. नकळत गैरसमजानं अन्याय केला गेला, म्हणाले. पण गुरू... ती घटना आयुष्याचं वळण ठरलं. फार भोळं राहून चालत नाही, हे कळालं... मित्रावरही विश्वास ठेवू नये, हे कळालं. आणि आयुष्यानं असा धोबीपछाड लावला तरी आपण उसळून येत आयुष्यावर मांड बसवावी लागते, हेदेखील कळालं. वाईट घटना आणि धोका देणारे लोक आपल्याला खूप काही शिकवून जातात, म्हणून त्यांचं कृतज्ञ असावं, हेही कळालं."

अरविंद वरवर हसत होता. यशामुळे त्याला झालेला मनस्ताप, अपमान, यातना पुसल्या गेल्या होत्या; पण त्याचा विश्वास मात्र उडाला होता.

हाच तो क्षण ज्याला सामोरं जायला आपण घाबरत होतो. आपण जे गैरकृत्य केलं, की जे आपण कुणालाही सांगू शकलो नाही, त्याची शिक्षा आज अरविंद आपल्याला देतो आहे. ती शिक्षा स्वीकारायलाच हवी.

"विनायक, तुम्ही काही बोलत नाहीत?" छद्मी हसत विभानं विचारलं.

तिनं केवळ एकेरी नामोल्लेख केला होता. पुढे भाऊजी, राव असं काही उपपद लावलं नव्हतं. आणि ते योग्यच आहे. आपल्या नवऱ्याच्या गुन्हेगाराला तिनं मान का द्यावा?

"वहिनी..."

"अंहं, वहिनी म्हणू नका. कुठलंही नातं जोडायचा प्रयत्न करू नका. नुसतं विभावरी किंवा मिसेस मुलाटे म्हणा. ही न पुसणारी अंतरं आहेत." ती तडकून म्हणाली.

अप्पांनी ते ऐकून घेतलं.

"विभावरी, जे घडलं ते असंच होतं. ह्यावर मी आता काय बोलू?... आणि तेवढ्यासाठीच मी इथे आलो आहे. मरण्याच्या आधी विनंती करायला आलो आहे. मी तुमचा अपराधी आहे. मित्र म्हणून मी कृतघ्न आहे. माझ्यामुळे अरविंदला खूप काही भोगावं लागलं.. मला माफ करा... मला माहिती आहे, असं म्हटल्यानं ना तुम्ही मला माफ करणार आहात, ना भूतकाळातली हानी भरून निघणार. पण मला ही भीक मागू द्या..."

अप्पांनी हात जोडले. त्यांचं अंग कापत होतं.

"केवळ माफी मागायला मला भेटायला आलास?" अरविंदनं आश्चर्यानं विचारलं.

"हो. केवळ माफी मागायला. मरण्याच्या आधी ह्या गुन्ह्याचं ओझं मला कमी करायचं आहे."

"का?... तू आजारी आहेस का? मरण्याचं म्हणतोस, म्हणून विचारतो."

"नाही. आजारी वगैरे नाही. पण जगावंसं वाटत नाही, म्हणून मरायचंय. इच्छामरण स्वीकारायचं आहे. ह्या आधी ह्या अपराधी भावनेचा गुंता थोडा तरी कमी करावा, असं वाटतंय. ह्या गुन्ह्यातून पूर्ण मुक्त होणार नाही; निश्चित नाही. पण क्षमायाचनेचं समाधान तरी सोबत असेल."

अरविंद आणि विभाचा चेहरा बदलला. अरविंदचा चेष्टेचा भाव गंभीर झाला आणि विभाच्या चेहऱ्यावरची आठी वितळली.

"पण तू हे असं इच्छामरण वगैरे काय एकदम म्हणतो आहेस. तब्येतीनं चांगला दिसतो आहेस. हलता-बोलता आहेस."

"हो. पण मन पोखरलं आहे. अरविंद, तू आयुष्यात अन्यायाविरुद्ध दमदारपणे उभा राहिलास. शून्यातून विश्व घडवलंस. पण मी अन्याय केल्याच्या आणि तो कबूल करू न शकण्याच्या भेकड स्वभावाखाली मोडत गेलो. असा मोडत गेलो, की निवडुंगासारखा काटेरी होत गेलो. बायकोवर प्रेम करू शकलो नाही. प्रेम तर दूरची गोष्ट... सहानुभूतीनं बोलूही शकलो नाही. ती ते सहन न होऊन गेली. मुलं-सुना दुरावल्या. एकाकी झालो. कदाचित मी केलेल्या अपराधांची शिक्षाच मी स्वत:ला ठोठावत होतो... आयुष्य उत्सव न वाटता एक तुरुंग वाटू लागलं; ज्यात कैदी आणि जेलर दोन्ही मीच आहे. तो जेलर मला ना हसू देत, ना प्रेम करू देत. कंटाळा आला आयुष्याचा! कधी मुला-सुनांवर प्रेम केलं नाही. वाटतं, हात-पाय धड आहेत तोवर मरणापर्यंत चालत जावं. नंतर बिछान्याला खिळून बसल्यावर आयुष्यभर ज्यांचा दुस्वास केला, त्यांच्याकडूनच सगळं करून घ्यायचं... छे:...! अशक्य वाटतं मला. म्हणून इच्छामरण स्वीकारायचं. पण त्याआधी मन मुक्त व्हावं, म्हणून तुझी भेट... तुझी क्षमा मागणं... फार मोठे अपराध केले मी... फार मोठे..."

घरात आडमुठ्या रागाचं कवच घातलेले अप्पा आता पार विरघळून गेले होते.

"अरविंद, विभावरी... तुमच्यापुढे फार क्षूद्र आहे मी. क्षमा मागायच्याही लायकीचा नाही. पण अपराध कबूल करण्याचं आणि क्षमा मागण्याचं धाडस मिळवलं आहे या काही दिवसांत. मला ह्यातून बाहेर तुम्हीच काढणार, क्षमा करून..."

अरविंदला अप्पांचं ते रूप पाहवत नव्हतं.

"विनायक... चल, केलं माफ. नाही तरी तू माझा सर्वांत मोठा गुरू आहेस, असं मी म्हणतो. वाईट तऱ्हेनं का होईना, पण माझ्या जीवनाला तू एक चांगली दिशा दिलीस. आजच्या पराभवात उद्याचा विजय लपलेला असतो, हे मला कळालं. कुणावरही अंधविश्वास ठेवू नाही, हे तुझ्या उदाहरणावरून सिद्ध झालं.

"विनायक, समज– मी त्या नोकरीत राहिलो असतो, तर काय झालं असतं? प्रमोशन होत-होत क्लास वनच्या पोस्टपर्यंत गेलो असतो, इतकंच. पण त्या घटनेनं एका दुसऱ्या रस्त्यावर मला ढकललं. त्या रस्त्यावर मला

विभा भेटली. तिच्या प्रोत्साहनानं मी प्रॉडक्शनमधे घुसलो. यश मिळवलं. मुलं आता त्या लहानशा युनिटचा आकार वाढताहेत. नाऊ स्काय इज द लिमिट. मी तुझे आभारच मानायला हवेत, की तू मला एक नवं क्षितीज दाखवून दिलंस. विभा, काय वाटतं तुला?''

विभावरी किंचित हसल्या.

"आपलं जाऊ द्या; पण भाऊजींना एवढं वाटलं, हे महत्त्वाचं. त्यातही इच्छामरण स्वीकारणं म्हणजे, काही सोपं नाहीये...'' तिच्या 'भाऊजी' या संबोधनामुळे तिनंही आपल्याला माफ केलं, हे अप्पांच्या लक्षात आलं.

"विभा, मरणापेक्षाही हे अपराधाची क्षमा मागणं अधिक अवघड आहे, असं मला वाटतं. त्या प्रकरणानंतर अपमानापेक्षा मरण पत्करावं, असं मला वाटायचं. पण त्या वेळी तुझ्या पपांनी सर्व प्रकरणाचा छडा लावला. मला दिलासा दिला. माझ्या हातात तुझा हात दिला, तेव्हा मी सावरलो. पुढचं पाऊल चालू शकलो. नाही तर त्याच वेळी मी मरण पत्करलं असतं. विनायक, देर आये, दुरुस्त आये!''

अप्पांच्या मनावरचं अनेक वर्षांचं मणामणाचं ओझं उतरलं. त्यांनी एक मोकळा श्वास घेतला. जणू मनाच्या अनेक बंद दारांना धडका मारून उघडत मोकळी हवा त्या श्वासातून आत गेली होती. मनाच्या अंधाऱ्या कोपऱ्यांना प्रकाशमान करत होती. मन अगदी मुक्तपणे प्रकाशाचे श्वास घेत होतं. वृत्ती हलक्या होऊन तरंगत होत्या.

विभावरी आत गेल्या.

"आता जेवूनच जा भाऊजी...'' त्या जाता-जाता म्हणाल्या.

अरविंदनं अप्पांना गळ्याशी लावलं. अप्पाची मिठी घट्ट झाली होती. आपले सगळे काटे गळून पडलेत, हे त्यांना जाणवलं.

***

अंजली आणि अरविंदला भेटून परत आलेल्या अप्पांचा जणू कायाकल्प झाला होता. एका अंधाऱ्या बंद कोषातून सुरवंट बाहेर आला होता.

ते घरी पोहोचले ते तेवढ्याच मुक्त मनाने. फक्त एक वीणा रुणझुणत होती. त्यांच्या अनोळखी मुलाच्या अस्तित्वाची. 'होय... एक मुलगा आहे आपला– ज्याला आपण पाहिलं नाही आणि पाहायचंही नाही. तो आपल्यासाठी

अज्ञात असला तरी तो एक मोठा ऑफिसर आहे. अंजलीनं त्याला घडविलं आहे. त्याला घडविण्यासाठी तिनं विधवेचं व्रत घेतलं. हे व्रत घेणं सोपं नव्हतं. स्वप्नांना, शारीरिक गरजांना मारून ती जगली. सत्तरी गाठली. आपल्या आयुष्यातल्या एका बाजूचा तो मुडपलेला कोपरा आहे, जो हिरवळीचा आहे. ज्याच्यावर कारंज्याच्या तुषारांचे मोती चमकत असतात. पण आपण त्या कोपऱ्याकडे वळायचंही नाही. अंजलीच्या व्रताचा भंग करायचा नाही. ना त्याच्या मनातल्या आईच्या प्रतिमेला धक्का लागो, ना त्याच्या डोळ्यांत आपल्याबद्दलचे कुस्तित भाव जागोत. त्या अनोळख्या कोपऱ्यासह, त्या रुणझुणीसह, त्या हुरहुरीसह आपलं आयुष्य आहे. दूरवरून येणारी बासरी सुख-समाधी देत राहावी तशी आपल्या जीवनाला ती सुख-समाधी मिळू देत. हे ऋजुपण, हे कोवळेपण कधी आणि कसं लपलं होतं आपल्या आत! आणि आज ते बाहेर डोकावू कसं लागलं?'

त्यांना अगदी लहानपणीचं त्यांचं आजोळ आठवलं. 'दगडी भिंती... त्यावर विटांची मुंडेर. त्या मुंडेरीवर मऊ लुसलुशीत गवत उगवून यायचं. वाऱ्याबरोबर डोलायचं, झुलायचं, वाकायचं. त्या दगडी भिंतीत पिंपळाचं इवलंसं झाड उगवायचं. त्याची गुलाबी चमकदार पानं वाऱ्याबरोबर भिरभिरायची. दगडातून उगवलेल्या जीवनाची ती विजयपताका असायची.

तसाच आपल्या बीजाचा, खतामांसाचा आपले जीनांश घेऊन आलेला अनोळखी पण आपला मुलगा असंच दगडातून उगवलेलं सौंदर्यवान जीवन आहे. त्याच्यामुळे उमलून आलेलं हे मन! जेवढा तो मुलगा आपल्यासाठी अज्ञात होता, तेवढंच हे उमलू पाहणारं मनही आपल्यासाठी अज्ञातच होतं. मुलगा आपल्यासाठी अज्ञातच राहणार; पण मन तर जाणू शकतो.

आपण तरी कुठे आपल्या ओळखीचे असतो! परवाचे आपण आणि आजचे आपण ह्यात किती फरक आहे! आजचं हे रूप आपल्या ओळखीचं कुठे होतं?

अंजली आणि अरविंदबद्दलचे आपले कयास अगदी चुकीचे ठरले. वाटलं होतं– अंजलीनं आपल्याला विसरून कुणाशी विवाह केला असेल, संसार थाटला असेल. अरविंदबद्दल वाटलं होतं, की तो हाय खाऊन कुठेतरी पिचत राहिला असेल. पण आपले कयास चुकले. कारण त्या दोघांनी

आपापलं आयुष्य घडवलं. अंजलीला आपल्यापासून दिवस गेले होते. ती गर्भपात करू शकली असती. पण तिच्यासाठी संसार, लग्न ह्यापेक्षा सृजन महत्त्वाचं ठरलं. आणि स्वत:चं खंबीरपणे उभं राहणं. तिनं आपल्या हातांनी आयुष्याला आकार दिला. अरविंदनं ही आपला कयास चुकवला. त्यानं परिस्थितीशी टक्कर घेतली. पाषणवत झालेल्या वर्तमानाच्या कातळातून त्यानं आयुष्याचं, कर्तृत्वाचं सुंदर शिल्प निर्माण केलं... आपण आपल्या मनाची समजूत तर घालत नाहीये? अप्पा विचार करत होते.

"नाही. ते दोघंही हरले नाहीत; जिंकले आहेत. उलट, त्यांच्या संदर्भापुरतं आपणच हरलो आहोत. आणि त्यांचे संदर्भ वगळता... हो, वगळताही हरलोच आहोत."

"आपण जिंकू शकू? इच्छामरण हे जिंकणं आहे?..."

"एवढी वर्षं हे हरणं-जिंकणं कधी आपल्या लक्षात आलं नाही. आपण केवळ जगत राहिलो. पण आज अंजलीचा स्वाभिमान, त्याग पाहून आणि अरविंदची जिद्द, पराक्रम पाहून हे जिंकणं-हरणं आपल्या मनाला जाणवू लागलं आहे. आपण... आपण जिंकायला हवं.. पण हे जिंकणं म्हणजे काय? आता ह्या वयात कोणतं कर्तृत्व आपल्याला जिंकून देणार आहे?"

***

"अप्पा, कुठे कुठे जाऊन आलात?... तीर्थक्षेत्र वगैरे?..." नेहानं विचारलं.

"नाही गं बाई. तीर्थक्षेत्र कुठलं?... पण समज... हो समजच, की तीर्थक्षेत्री गेलो होतो. पापक्षालन करून आलो."

"कोण होत्या त्या व्यक्ती?"

अप्पा मंदसे हसले.

"जाऊ द्या, नका सांगू. ती तीर्थं तुमच्या डोळ्यांत झुळझुळत आहेत. किती बदलला आहात तुम्ही ह्या चार दिवसांत! तुमच्या त्या आठ्या... तुसडे भाव... किती रंग तुम्हाला सोडून गेलेत. आणि किती नवीन रंग तुमच्यावर चढलेत..."

अप्पा शांत बसले होते. किती तरी शांत भाव त्यांना वेढून राहिला

मृत्यू जगलेला माणूस ● ९७

होता आणि प्रसन्नपण त्यांच्या रंध्रारंध्रांतून स्रवत होतं.

"बरं... मी गेलो तर इकडे काय प्रतिक्रिया?"

"काळजी करत होते सगळे, कारण तुम्ही कोठे जाणार, हे माहिती नव्हतं. अनेक दिवसांत तुम्ही एकटेही बाहेर पडला नव्हतात. आणि तब्येत..."

"तब्येतीला काय झालं?"

"हो ना! मीही त्यांना तेच म्हटलं, अप्पांची तब्येत चांगली आहे. काळजी करू नका. पण वय... अशक्तपणा वगैरे कारणांनी त्यांना काळजी वाटत होती." नेहा.

"तुला नव्हती काळजी वाटत?..."

"नाही. तुम्ही ज्या जिद्दीनं गेला होतात, ती जिद्द तुम्हाला उभारीच देत राहणार, हे मला माहिती होतं. फक्त तुम्ही ज्यांना भेटायला गेलो होतात, त्यांच्या प्रतिक्रियेचा तुमच्यावर काय परिणाम होतो, ह्याची मला काळजी वाटत होती. पण तुम्ही आलात, तुम्हाला पाहिलं आणि ती काळजी दूर झाली."

"नेहा, मी... तुला सांगू?..."

"तुम्हाला शेअर करायचं असेल, तर नक्की सांगा. काही वेळी आनंद शेअर केल्यानं जास्त वाढतो."

"अंऽऽ आनंद नाही; पण मी दोन व्यक्तींची क्षमा मागायला गेलो होतो."

नेहा पाहत राहिली.

"अप्पा, तुम्ही क्षमा मागितलीत?" तिनं आश्चर्यानं विचारलं.

"हो बेटा! दोन जणांच्या बाबतीत फार मोठी चूक घडली होती माझ्याकडून... म्हणजे, अगदी त्यांची आयुष्यं वेगळ्या दिशेनं वळाली. अपराध घडला होता; पण त्याचे परिणाम काय झालेत, ते मला माहिती नव्हते. भेटलो आणि कळालं."

"काय झाले होते परिणाम?"

"कोणत्याही मोठ्या घटनेचा परिणामच जेव्हा 'आयुष्य' म्हणून स्वीकारला जातो तेव्हा तो यशस्वी, आनंददायी आणि तपस्यापूर्ती करणारा ठरतो, हे कळालं. माझ्या चुकीनं त्यांना काळोखात निश्चितच ढकललं; पण त्या काळोखावर

त्यांनी प्रकाशाची अक्षरं लिहिली. त्यांच्या काळोखाचं चक्क ताऱ्यांनी झगमगतं आकाश झालं. मी मात्र कोता पडलो. पार कोता... खुजा.''

''असं का म्हणता अप्पा? क्षमा मागायचं धारिष्ट्य तुमच्यात आहे, म्हणजे तुम्हीही मोठेच आहात. त्या आयुष्यांपुढे तुम्ही निदान आता तरी तोंड चुकवलं नाहीये.''

''हं... असं म्हणू या. समाधान वाटण्यासाठी थोडं खोटं जवळ बाळगावं.''

तेवढ्यात मुग्धा आत आली.

''अप्पा, जेवायला चला ना! आज तुमच्या आवडीची वांग्याची भाजी आहे. कविताच्या हातची. आणि मी केली आहे राजस्थानी कढी. नेहाला विचारून.''

''अरे वा:! चांगला मेनू आहे. चला...''

अप्पा उत्साहानं उठले. तो उत्साह त्यांना लपवावासा वाटला नाही.

अप्पांसोबत सगळेच बसले होते. अगदी टेबलाच्या बाजूला स्टूल घेऊन मुग्धा आणि कविताही बसल्या होत्या. अप्पा चार दिवस कोठे गेले होते ह्याची सगळ्यांनाच उत्सुकता वाटत होती. पण त्यांना स्पष्टपणे कोणी विचारू शकत नव्हतं.

''अप्पा, तुम्ही गेलात, त्या गावी थंडी वगैरे फारशी नव्हती नं?'' सुधांशूनं विचारलं.

''नाही रे! मी कुठे कुलू-मनालीला गेलो होतो की जिथे थंडी असेल. मी आपला कोल्हापूर, बेळगावला गेलो होतो.''

''कोल्हापूर, बेळगाव?'' अनिरुद्ध उद्गारला. ''तिथे तर तुमचं कुणी ओळखीचं नाही किंवा मित्रही नाही.''

'माझे मित्र कुठे आहेत का? आणि ओळखीचं म्हणशील, तर आत्ता कुठे माझी माझ्याशी ओळख होते आहे!' अप्पा मनाशी म्हणाले.

''काय नातवंड, अभ्यास कसा चाललाय तुमचा?''

नकुलकडे पाहत त्यांनी विचारलं.

''चांगला अप्पा.'' नकुल फार काही बोलू शकला नाही. पण त्या संबोधनाची त्याला मजा वाटली.

अप्पांना नकुलला तो कितवीत आहे... कोणत्या शाळेत आहे... कोणत्या कोणत्या ॲक्टिव्हिटीमधे त्याला रस आहे, विचारावं वाटलं. पण आपल्या ह्या अज्ञानाची त्यांना लाज वाटली. आपलं नातवंड आपल्या पूर्णपणे ओळखीचं नसावं हे लज्जास्पद आहे, हे त्यांना जाणवलं.

"काय म्हणते परीक्षा..."

"आत्ता परीक्षा म्हणजे सेमिस्टर. आणि अप्पा, अकरावीला तसं सेमिस्टरचं फारसं महत्त्व नसतं, कारण बारावीचा अर्धा अभ्यास अकरावीलाच पूर्ण होतो."

अच्छा म्हणजे नकुल अकरावीला आहे तर!

"सायन्स साईडला बराच वेळ द्यावा लागत असेल; नाही?"

"हो. पण मी कॉमर्स घेतल्यामुळे तेवढा वेळ द्यावा नाही लागत."

"कॉमर्स?..." अप्पांनी प्रश्नार्थक विचारलं.

"अप्पा, सीए किंवा एमबीए करायचं आहे. इथे काय, परदेशात काय..." नकुलच्या डोळ्यांतून भराभर फुलपाखरं उडू लागली.

अप्पा, कौतुकानं पाहत राहिले. ह्यात आपला अनुवंश आलेला. आपण नसलो तरी ह्याच्या रक्तातून आपण उसळत राहू... भराऱ्या घेत राहू. त्याचं अस्तित्व आपल्यासाठी कृतज्ञतेचं आहे. आपण ह्या पिढीतून पुढे-पुढे संक्रमित होत जाणार. मरणानंतरही...

ते त्याच्या डोळ्यांतून आरपार पाहत होते. नकुल बोलायचा थांबला. क्षणभर तो अप्पांकडे पाहत राहिला. एवढ्या वात्सल्यानं अप्पा आपल्याकडे बघताहेत! त्याला अशा बघण्याची सवय नव्हती. तो लाजून किंचित हसला.

अप्पांनाही हसू फुटलं.

"वा:! वांग्याची भाजी छान झाली बरं. कविता, तुझी सासू अशीच करायची..." अप्पा एकदम गप्प बसले.

आयुष्यात ऊर्मिला गेल्यानंतर प्रथम आपण तिच्या आठवणीचा उल्लेख केला. कधीही ऊर्मिला 'अशी', ऊर्मिला 'तशी' होती... असं मुलांना... सुनांना सांगितलं नाही. माणूस गेलं तरी स्मरणातून जिवंत राहतं. आपण तिला स्मरणातही मारून टाकलं. आपलं मन दगडाचंच राहिलं; ते शिलालेख होऊ शकलं नाही.

सगळ्यांनाच ही बाब जाणवली. अप्पांनी प्रथमच आईचा उल्लेख केला.

''अप्पा, आई कशा होत्या स्वभावानं?'' मुग्धानं आपल्या स्पष्ट स्वभावाप्रमाणे विचारलं.

''ऊर्मिलाऽऽऽ...'' अप्पा आठवत होते. खरंच कशी होती ऊर्मिला स्वभावाने? आपल्यासमोर ती नेहमी घाबरलेली असायची. कधी मोकळी झालीच नाही. कसा तिचा स्वभाव होता सांगू? आपल्यालाच कधी तो कळू शकला नाही. आपण तिला सतत नजरेच्या धाकात ठेवलं. पण ह्या नजरेला तिचं मन डोळ्यांतून वाचता आलं नाही.

''ऊर्मिलाऽऽ...''

''मी सांगते वहिनी... आई खूप शांत होती. अगदी साधी होती. तिची स्वतःची मतं, स्वप्न असं काही नव्हतं खरं तर. तिचं असं आयुष्यच नव्हतं.''

सगळ्यांनी दचकून नेहाकडे पाहिलं. अप्पांसमोर नेहा इतकं स्पष्टपणे बोलतेय! अप्पा काय म्हणतील आता?...

''हो, नेहा म्हणते ते खरं आहे. तुमची आई अशीच होती. आणि तिच्या अशा असण्याला कारण मी... मी... होतो. हो, मी तुमच्या आईचा अपराधी आहे. मला... मला तिची क्षमा मागावी वाटते... पण ते आता शक्य नाही.''

''अप्पा!'' नेहा उद्गारली.

''बोलू दे नेहा. ती माझी पत्नी होती. पण त्याहून अधिक तुमची आई होती. मी तिला पत्नीचा दर्जा देऊ शकलो नाही. तुमच्या मधे तिचा रक्तांश आहे. माझ्यापेक्षा तुम्हालाच ती अधिक जवळची होती. तिची क्षमा तर मी मागू शकत नाही; पण तिच्या अंशरूपाची तरी क्षमा मागू शकतो. तिच्यावतीनं तुम्ही मला माफ करा.''

अप्पा एवढं बोलले आणि पानावरून उठले.

''अप्पा, जेवून घ्या.''

''नको... थोडं जेवलोय मी...'' ते हात धुऊन आपल्या खोलीत आले.

त्यांनी पलंगाखालची ट्रंक ओढली. ट्रंकमधून जुना अल्बम बाहेर

काढला. अगदी जीर्ण झालेला. आतली काळी पानं निघून आलेला. ते ब्लॅक ॲन्ड व्हाईट फोटो आता पिवळट झाले होते.

ऊर्मिलाचा लग्नानंतरचा एक फोटो त्यात होता. डोळ्यांत केवढी स्वप्नं घेऊन ती हसत होती! नंतर हे हसू पुसत गेलं.

त्यांनी त्या पुसट झालेल्या फोटोवरून हात फिरविला. डोळ्यांच्या कडा पुसल्या.

तो फोटो त्यांनी टेबलावर ठेवला. एक उसासा सोडला.

ते पलंगावर पडले. डोळे मिटले. आपल्या संसाराचं एकेक चित्र त्यांच्या डोळ्यांपुढून जात होतं; ज्यात त्यांना केवळ ऊर्मिलाच जाणवत होती — तहानल्या हरिणीसारखी.

शेवटी ते त्यांना असह्य झालं. त्यांनी डोकं हलवलं आणि मिटल्या डोळ्यांतून वाहिलेलं पाणी पुसलं.

''अप्पा...'' कविता आत आली.

''हं?...''

''जेवण अर्धवट केलंत. चलता पुन्हा?''

''नको. आता इच्छा नाही. फक्त ती भाजी उचलून ठेव. रात्री खाईन मी.''

कविता वळाली आणि तिचं लक्ष ऊर्मिलाच्या फोटोकडे गेलं.

''आईंचा फोटो!'' तिनं फोटो हातात घेत पाहत म्हटलं.

''किती छान होत्या आई... कुठे होता हा फोटो?''

''होता मजजवळ.''

''अप्पा, मी हा फोटो सगळ्यांना दाखवू?... आणि आणखीही फोटो असतील ना?''

''नाही. तेवढा एकच आहे.''

''मी आणते हं दाखवून...'' कविता फोटो घेऊन बाहेर गेली. अप्पांनी पुन्हा अल्बम बाहेर काढला. ते अल्बमचं एक-एक पान उलटू लागले.

क्वचित काही ग्रुप फोटो. त्यात अप्पांचे तीक्ष्ण डोळे. करारी मुद्रा. आणि नंतर येत जाणारे काही फोटो कौटुंबिक– कुणाच्या लग्नाचे, ऊर्मिलाच्या डोहाळे जेवणाचा, नंतर लहानग्या नेहाला कडेवर घेऊन आणि बाजूला दोन्ही

मुलं उभी असलेला फोटो...

अप्पा पाहत होते. ऊर्मिलाच्या चेहऱ्यावरचं हळूहळू विरत जाणारं हास्य... डोळ्यांतलं दर फोटोगाणिक वाढत जाणारं नैराश्य... एकटेपण... उदासपण... शेवटी-शेवटी तर ओढून-ताणूनही ती हसू आणू शकली नव्हती... एवढा दयनीय चेहरा. अप्पा पाहत होते... पाहत होते... त्यांचं अंग कापत होतं. छाती फुटून अपराधी अश्रू बाहेर पडू पाहत होते. अखेर ते पडलेही.

'ऊर्मिला... ऊर्मिलाऽऽ' ते फोटोवरून आवेगानं हात फिरवत उद्‌गारले. पण त्या हात फिरवण्यानं भूतकाळ पुसला जाणार नव्हता. फोटो तसेच मावळते राहणार होते.

'ऊर्मिला... अंजली... दोन स्त्रियांना आपल्यामुळे त्रास झाला. आपण कोणते खरे होतो? आपण खरोखरच अत्यंत वाईट आहोत. अन्यायी आहोत. गुन्हेगार आहोत.'

महापूर यावा तसं सर्व भावविश्व ढवळून ते अश्रू रूपानं बाहेर पडत होते. हळूहळू पूर ओसरला. त्या पुरात आत्मग्लानीचा, आत्मभंगाचा बराचसा कचरा वाहून गेला होता. तरी मानसिक उलघाल होतच होती. कधी नव्हे ते अप्पांना मानसिक आधाराची गरज वाटत होती.

'आजवर आपण रूक्षपणे जगताना कुणाच्याही आधाराची गरज पडली नव्हती. पण आता ती गरज का वाटतेय? भावनाक्षम असणं, चांगलं की वाईट? नाही... ह्याचं उत्तर आपल्याला मिळालं आहे. आधी आपल्याला हे जग खोटं वाटायचं; पण आता ते तसं वाटत नाही. उलट... उलट आता आपणच खोटे आहोत, हे लक्षात आलं.'

"नेहा..." त्यांनी हाक मारली. नेहा धावतच आत आली.

"काय झालं अप्पा?... त्रास होतोय का?"

त्या आवेगानं अप्पांचा श्वास जोरानं चालला होता.

"इथे बस नेहा. मला सोबत राहा..."

नेहा अप्पांच्या जवळ बसली.

अप्पांच्या डोळ्यांतून चुकारपणे अश्रू थबकून बाहेर पडला.

"नेहा... बेटा... मी सगळ्यांचाच अपराधी आहे. पण काही जणांचा अनंत अपराधी आहे. मी विसरू शकत नाही तो अपराध. मी त्यांची माफी

मागून आलो, तरी तो भाव पुसला नाही जात. आपल्यामुळे त्यांचं आयुष्य फार बदललं, ही टोचणी लागून राहते.''

नेहा गंभीर झाली. आपल्या वडिलांकडून असे अपराध झाले असावेत... तिला आश्चर्य वाटत होतं.

''अप्पा, त्यांचं आयुष्य कसं आहे?''

''माझ्यामुळे त्यांच्या आयुष्याला वेगळी कलाटणी मिळाली. सुख-दुःख दोन्ही मी त्यांना दिलं. त्यांची माफी मागूनही मी तळमळतो आहे.''

''अप्पा, सुख-दुःख प्रत्येकाच्या आयुष्यात असतं. राहिलं कलाटणीचं. एखाद्या घटनेशी कसं रिॲक्ट व्हावं, ते ती व्यक्ती ठरवते आणि ती व्यक्तीच स्वतःच्या आयुष्याला कलाटणी देते. माझ्या ओळखीच्या दोन मैत्रिणी आहे. दोघींच्या त्यांच्या- त्यांच्या सास्वांशी कुरबुरी झाल्या. दागिन्यांवरून. एकीनं दागिने घालणंच सोडलं; दुसरीनं सासूच्या नाकावर टिच्चून दागिने खरेदी केले. बघा– कारण एकच आहे; प्रतिक्रिया वेगवेगळ्या आहेत. त्यामुळे तुम्ही स्वतःला अपराधी मानू नका. अपराध घडला; पण कुणाचं नशीब बदलण्याएवढं प्रत्येक अपराधात सामर्थ्य नसतं...''

''प्रत्येक म्हणजे?...''

''अप्पा, काही अपराध अक्षम्य असतात. खून, बलात्कार. ते अपराधीही वेगळे असतात. पण तुमच्या अपराधांची तुम्हाला कबुली द्यावी वाटली आणि तुम्ही त्यांची क्षमा मागून आलात, हे महत्त्वाचं.''

''तुझ्या आईची क्षमा कशी मागू?''

नेहा उसासली.

''ती आज असती, तर तुम्ही क्षमा मागू शकला असता. पण ती त्या पलीकडे गेली आहे. पण तरी तिची क्षमाच मागायची, तर आम्हा मुलांवर प्रेम करा. तिचं अस्तित्व आमच्याशी निगडित होतं. तिचं अस्तित्व आमच्यासाठी होतं. कदाचित हे प्रेम तुमचं प्रायश्चित्त असेल...''

अप्पा विचारात पडले. आपण अनेक वर्षांत मुलांशी प्रेमाचे शब्द बोललो नाहीत, हे ते जाणत होते.

''अप्पा... तुम्हाला घरातही कुणाची क्षमा मागविशी वाटत असेल, तर मागा. पण सगळ्यांनी तुम्हाला माफ केलेलं आहे. सर्व तुमच्यासाठी

झटताहेत. तरी प्रायोपवेशन सुरू करायच्या आधी तुम्हाला मुक्त व्हावं, असं वाटत असेल तर... आपण मोठे आहोत, हा इगो विसरा आणि क्षमा मागा.''

"हो... माझ्या कठोर वागण्याबद्दल मला सगळ्यांचीच क्षमा मागायची आहे...'' अप्पा अस्वस्थ झाले.

"नेहा... क्षमा मागायची आहे. अगदी आजच- आज जेवताना. सगळ्यांना बोलावून घे...''

"अप्पा!''

"मी फार अस्वस्थ होतोय नेहा. सगळं आयुष्य मी असं व्यर्थ का घालवलं, ह्याला उत्तर नाही. का तिरसटलो, का हेकटपणा केला?... काही उत्तर नाही. आज एवढ्या उशिरा ती कात गळून पडली. मी सापाच्या जातीचा. सापाचे दात विषारी असतात. माझी कात विषारी होती...''

"अप्पा...!'' काही न बोलता नेहा त्यांच्या हातावर थोपटत राहिली.

संध्याकाळ झाली. नेहानं अरविंद आणि मुग्धालाही बोलावून घेतलं होतं.

टेबल बाजूला सरकावून खायचे पदार्थ मधे ठेवून सर्व जण खालीच गोल करून जेवायला बसले.

"वा:! पप्पा, अगदी ट्रीपला गेल्यासारखं वाटतंय, हे असं बसल्यावर!'' एक नातवंड उद्‌गारलं. मुग्धा आणि कवितानं वाढायला घेतलं.

अप्पांनी सर्व मानसिक शक्ती गोळा केली. नेहाकडे सहेतुक पाहिलं.

नेहानं ते जाणलं.

"अप्पा, काही सांगायचंय...?''

"----''

"ऐका रे सर्व. अप्पा काही सांगणार आहेत.''

सगळ्यांनी हातातली कामं ठेवून अप्पांकडे पाहिलं.

अप्पांनी सगळ्यांकडे दृष्टिक्षेप टाकला. त्यांची नजर खाली वळाली.

"मला तुम्हाला... म्हणजे सगळ्यांनाच... काही सांगायचंय...''

सगळ्यांचे चेहरे उत्सुक झाले होते.

"मी तुमची... म्हणजे...'' सगळंच अवघड वाटत होतं. सर्व आपलेच होते. वय पन्नास ते पंधराच्या वयोगटांतले होते. मुलं होती, सुना, नातवंडं

होती. परक्याची क्षमा पटकन मागता येते; पण...

"मी तुम्हा सर्वांची क्षमा मागतो आहे."

सर्वांचे चेहरे आश्चर्यचकित झाले.

"मी तुम्हा सर्वांशीच फार वाईट वागलो. तुसड्यासारखा वागलो. कारण नसताना. तुमच्याशी कधी प्रेमाने दोन शब्द बोललो नाही. तुमची माझ्याकडून ही तशी लहान, पण मोठीही अपेक्षा आहे, हे मी लक्षात घेतलं नाही. ही केवळ तुमचीच गरज होती, असं नाही तर ती माझीही गरज होती, हे माझ्याही लक्षात आलं नाही. तुम्हाला माझं नाही तरी इतरांचं प्रेम मिळालं; पण मी मात्र कोरडाच राहिलो. दगडासारखा. दगड तरी पाण्यानं झिजतो... मी मात्र तसाच राहिलो. कदाचित तुमच्याच मनातला एक कोपरा जो वडिलांसाठीचा असतो, तो झिजला असेल. माझ्या नातवंडांनाही मी प्रेम देऊ शकलो नाही. लोक ही पालवी जिवापाड जपतात... पण मी...''

अप्पांनी पाण्याचा घोट घेतला. घामेजलेले हात पुसले.

सगळ्यांचेच गळे रुद्ध झाले होते. पंचाहत्तरीचे अप्पा आज ही कबुली देत आहेत. क्षमा मागताहेत!...

"अप्पाऽ" अनिरुद्ध उद्गारला...

अप्पांनी त्याला थांबवलं.

"थांब अनिरुद्ध, मला बोलू दे. मोठ्या बळानं मी हे बोलतो आहे. आज नाही बोललो तर... पुन्हा हे बळ मी गोळा करू शकणार नाही. आज नाही तरी लहानपणी तुम्ही आपल्या वडिलांकडून प्रेमाची, कौतुकाची अपेक्षा केली असेल. पण मी त्या अपेक्षेला उतरलो नाही. एक वडील म्हणून, आजोबा म्हणून... मी... मी नालायक..''

"अप्पा!..''

"हो, नालायकच. दुसरा शब्द नाही. सुनांना मुलींसारखं समजायचं ते दूरच... सून म्हणून... व्यक्ती म्हणूनही समजलो नाही...''

कविताच्या डोळ्यांत टचकन पाणी आलं. मुग्धा आपले आवेग दाबून होती.

"आणि ह्याहीपेक्षा अन्याय केला तो तुमच्या आईवर. तो गुन्हा अक्षम्य आहे. तो जीव माझ्या प्रेमासाठी झुरतच राहिला. अखेर अकाली गेला. त्या

मृत्यूचं कारणही कदाचित माझा स्वभाव असेल...'' अप्पांच्या डोळ्यांत पाणी दाटलं. दोन्ही तळवे डोळ्यांवर ठेवून त्यांनी ते पाणी पुसलं.

''आता ही पश्चात बुद्धी काही कामाची नाही; मी जाणतो. तरी नेहा म्हणाली.

''तसं 'तिचा रक्तांश तुमच्यातूनही प्रवाही होतो आहे.' ती केवळ तुमच्यातच रुजली होती. म्हणून तुमच्याकडे मी तिचं प्रतिरूप म्हणून पाहतो आहे. तुमच्या आईच्या वतीनं मला माफ करा. माझ्या हाती एवढंच आहे. प्रायोपवेशन सुरू व्हायच्या आधी एवढं एक मागणं...''

''अप्पा...!''

सगळेच गप्प.. नातवंडंही.

अप्पांचं हे रूप कधीही पाहिलं नव्हतं.

''अप्पाऽऽ...'' नेहा अप्पांजवळ जात त्यांच्या कुशीत शिरत म्हणाली. सुधांशू व अनिरुद्धही अप्पांजवळ आले. अप्पांनी त्यांना वेढून घेण्याच्या प्रयत्नात त्यांच्या कुशीत अप्पा शिरले. मुलांच्या कुशीत नाही, तर अप्पा भूतकाळाच्या कुशीतच शिरले होते. ती मुलं जणू लहानगी झाली होती आणि ते निरागस स्पर्श त्यांना स्पर्श करत होते. समोरच्या फोटोतली ऊर्मिला डोळ्यांतून हसत होती.

***

अप्पा आपल्या खोलीत आले. ते विचारमग्न होते.

पाठोपाठ नेहा आली. नेहा सध्या जणू त्यांची सावली झाली होती.

''अप्पा, थकलात?''

''हो. पण, फार नाही. जेवढं वाटलं, तेवढा तर अगदी नाही. कारण एकदा क्षमा करा म्हटलं, तिथेच मी माझं खुजेपण स्वीकारलं. त्या खुजेपणाची कबुली दिली, एवढंच.''

''अप्पा... खरं सांगू...? यू आर अ स्ट्राँग पर्सन. हे सर्व पचवणं एवढं सोपं नाही....''

''स्ट्राँग! हं... थोडा-थोडा होतोय खरा.'' ते म्हणाले. पण अजूनही त्यांच्या चेहऱ्यावरून अस्वस्थपण गेलं नव्हतं.

''अप्पा, कसला विचार करता आहात?''

"नेहा, मी माफी मागितली; पण सर्वांची प्रतिक्रिया काय असेल? विशेषत: सुना, नातवंडं... कवितासाठी माझा गुन्हा फार मोठा असणार. मुग्धा... तिचा स्वभाव तर आपण जाणतोच. ती किती स्पष्टपणे सगळा विचार करत असेल. कदाचित मला... मला हसत असेल."

"अप्पा, असं का वाटतं तुम्हाला? तुम्ही त्यांचे चेहरे वाचले नाहीत का? सगळ्यांना आश्चर्य वाटलं होतं... त्यात एक विलक्षण भाव होता. प्रेम, कौतुक, सहानुभती... ह्या सर्वांचा मिळून तो भाव होता. अप्पा, आपण व्यक्तींना समजून घेण्यात चूक करत असतो."

"ते कसं?" –अप्पा.

"एक व्यक्ती... उदाहरणच घेऊ या– मुग्धा आणि कविता.. तर, ही व्यक्ती तुमची सून म्हणून प्रोजेक्ट करू पाहते. तुमच्या मनातली तिची प्रतिमा आणि ती स्वत:ला जे प्रोजेक्ट करते आहे, ह्या दोहोंमध्ये अंतर असतं. तुमच्या अपेक्षांचा डोंगर आणि तिच्या वाकण्याच्या किंवा प्रोजेक्शनच्या मर्यादा ह्यामुळे ते अंतर पडतं. तरी आपण तिला समजून घेत असतो. तिचं मूल्यमापन करू पाहतो. पण तेही चुकीचं ठरतं. कारण मुळात ती व्यक्ती वेगळी असते आणि तिचं एक प्रोजेक्टेड रूपच आपल्यासमोर येत असतं. खरं तर प्रत्येक नातं असं मुखवट्यांचं, ओढून- ताणून आणल्याचं असतं. म्हणून व्यक्तींची सहनशक्ती ताणली गेलेली असते. आणि एवढ्याशा कारणाने ती सहनशक्ती संपते आणि संघर्ष होतो."

"तू हे खूपच अवघड बोलते आहेस."

"बरं, सोपं करून सांगते. कविता तुमच्यापुढे सून म्हणून वावरते. कारण ती जशी आहे त्याहून वेगळं वागू शकते. ते वागणं अस्वाभाविक असलं तरी ती अस्वाभाविक वागू शकते. पण मुग्धा... ती मात्र अशी अस्वभाविक वागू शकत नाही. ती आहे तशी सर्वांपुढे वागते. मग जो क्लॅश आहे, तो अधिक जोरदार होतो. अक्षरश: ठिणग्या पडतात. ती तुम्हाला कोरफड वाटते. पण ही कोरफड किती औषधी असते, हे आपण विसरतो. तिला वाईट समजतो. अप्पा, आपल्या सगळ्यांमध्ये चांगलं आणि वाईट लपलेलं असतं. कुठे ना कुठे दुसरा माणूस आपल्यामुळे आपल्याही नकळत दुखावला जातो; ते आपलं वाईटपण. आपल्या मनात स्वत:च्या सुखासाठी

दुसऱ्याबद्दल वाईट येणंही आपलं वाईटपणच. आपल्या अनेक कृती दुसऱ्याला प्रत्यक्ष-अप्रत्यक्षपणे दुखावणाऱ्या असतात, हे आपण जाणत असतो. तरी आपण स्वतःला चांगलं समजतो आणि समोरच्यातल

केवळ वाईट बघतो. तेही एवढ्यासाठी की 'त्याच्यापेक्षा आपण चांगले आहोत', ही कंपॅरेटिव्ह डिग्री आपल्याला सुपरलेटिव्हकडे घेऊन जाते. मग आपण तिच्यात बदल आणू इच्छितो. आपल्या अपेक्षेप्रमाणे. 'घरात सामान विखरून पडणं' तशी निरुपद्रवी घटना असू शकते. ते सामानाचं विखुरणं समोरच्या व्यक्तीला चालतं; पण तुम्हाला ते आवडत नाही, म्हणून तुम्ही ते चुकीचं मानता. तिला दूषणं देता.

"अप्पा, एका अर्थानं ती व्यक्ती जशी आहे तशी तुम्हाला नको, म्हणून तिच्यातल्या काही गोष्टी बदलता... मारून टाकता. हीदेखील एका प्रकारे हिंसाच आहे ना?"

"नेहा, तुझं हे बोलणंदेखील अवघडच आहे; पण थोडं समजतंय. बरं, ठीक आहे. प्रत्येक व्यक्ती वेगवेगळी असते, हे मला कळालं. पण तिला स्वीकारायचं कसं? संबंध ठेवायचे कसे?" अप्पांनी विचारलं.

"त्या व्यक्तीला व्यक्ती म्हणूनच स्वीकारा. अगदी निरपेक्ष होऊन. तुम्ही बदलू नका आणि तिलाही बदलवू नका. हा सर्व संघर्ष स्वाभाविक आणि अस्वाभाविकीचा आहे. अप्पा, निसर्ग किती स्वाभाविक असतो! बाभळीचं झाड कधी गुलमोहोर होऊ इच्छित नाही किंवा कुत्रा कधी मांजरासारखा वागत नाही. ते आहे तसे असतात. माणूसच अत्यंत अस्वाभाविक असतो. कपडे, खाण्याचं स्वरूप, धर्म, संस्कृती, आर्थिक रचना... ह्या सर्व बाबतींत तो अस्वाभाविक असतो. आहे त्यापेक्षा अधिक अस्वाभाविकतेकडे जायचा प्रयत्न करतो."

"म्हणजे कसं?"

"कमी पैसा असणारा माणूस खूपसा स्वाभाविक वागत असतो. तो अनवाणी चालतो. त्याचं घर मातीचं असतं. पण तो पैसे मिळवण्याचं स्वप्न पाहतो. पैसा कमावतो. अंगावरचे सुती कपडे जाऊन रेयॉन वगैरेसारखे कृत्रिम धाग्याचे कपडे येतात. घरात सारवणाऐवजी टाइल्स येतात.

मृत्यू जगलेला माणूस ● १०९

अधिकाधिक अस्वाभाविक होत जाणं, हे माणूस प्रतिष्ठेचं मानतो. म्हणून कारमधून जाणारी माणसं पायी चालणाऱ्यांना हसतात.

''अप्पा, सगळ्यांना ह्या स्वाभाविकतेतून स्वीकारा. मुग्धा तुमच्यावर हसली तर तो तिचा स्वभाव आहे, असं समजा. जेवढं तुम्हाला जीवन स्वाभाविक वाटेल, तेवढाच मृत्यूही स्वाभाविक वाटेल. शेवटच्या क्षणी फारशी उलघाल होणार नाही.''

अप्पांनी डोळे मिटले. त्यांचं मन बरंच शांत झालं होतं.

त्या दिवशी अप्पांनी पुन्हा आपल्या दोन्ही मुलांना, सुनांना बोलावलं. संध्याकाळ झालेली होती. रस्त्यावर अनेक प्रकाशझोतांचं एकमेकांत मिसळत जाणं... अप्पा बसतात त्या खिडकीतून दिसत होतं. जाणाऱ्या वाहनांचे लाल टेललाईट रस्त्यावरच्या एका बाजूने जात होते, तर येणाऱ्या वाहनांचे शुभ्र दिवे रस्त्याच्या एका बाजूने येत होते. नदीतून दिवे वाहत जावेत तसं ते रात्रीच्या अंधारात प्रकाशाचं येणं-जाणं वाटत होतं. अप्पांच्या आठवणीचा एक दिवा असाच भूतकाळात गेला. जिथे ते अप्पा नव्हते, विनायक नव्हते... तर विनू होतें. मोठा वाडा, बाजूची उंच झाडं, वाड्यातल्या अंधाऱ्या खोल्या, त्या अंधाऱ्या खोल्यांमधे येणारे कवडसे... विनूचं आपल्या मित्रांसोबत खेळणं, मारामारी, भांडणं, पुन्हा दोस्ती होणं... संध्याकाळी तुळशीजवळ तेवणारा दिवा. त्यात आजोबांच्या झोपाळ्याची करकर आणि आईच्या रामरक्षेचा सूर आहे. कोठे हरवलं ते बालपण? नेहा म्हणते तसं फुलू पाहणाऱ्या मोगऱ्याच्या झाडाचं रूपांतर बाभळीच्या झाडात कसं झालं? आनुवंशिक देणं म्हणून? की अंजलीला हरवलं म्हणून? का अरविंदला फसवल्यामुळे? हा स्वभाव ही आपण आपल्याला केलेली शिक्षा होती?

बाहेर अनिरुद्ध आणि मुग्धा आले होते. मुग्धाचा आवाज घराला दणदणून सोडत होता.

''कशाकरता बोलावलंय नेहा, अप्पांनी? आम्ही रोजच्यासारखे येणारच होतो. पण तुझा अगदी आवर्जून फोन आला.'' –मुग्धा.

''मला भीती वाटते नेहा–'' कविता म्हणाली.

''नाही. अप्पा एवढ्यात प्रायोपवेशन नाही करणार. त्यांची तयारी होतेय.'' नेहा म्हणाली.

"नेहा, मानलं बाई तुला. केवढा ड्रास्टिक चेंज झाला गं अप्पांमध्ये! इतकं छान वाटतं ना त्यांच्याकडे पाहून... शांत... प्रेमळ. आधीचं रूप पुसून टाकलंस तू." –मुग्धा.

नेहा नुसती हसली.

"कविता, अप्पांना बोलवू या?"

"हो. कुठे बसायचं?"

"इथेच. नेहमीसारखी आपली गोलमेज बैठक..." मुग्धा हसत म्हणाली.

अनिरुद्ध, सुधांशू, कविता, मुग्धा आणि नेहा... सगळेच टेबलाजवळ जमले होते.

"मला माझं मृत्युपत्र तुम्हाला सांगायचं आहे. सांगायचं एवढ्यासाठी, की वाचण्याएवढं मोठं त्यात काही नाही."

सगळे स्तब्ध होते.

"दोन प्लॉट्स आहेत."

"दोन प्लॉट?..." सगळ्यांनाच आश्चर्य वाटलं. अप्पांनी दोन प्लॉट घेतले, हे कधी सांगितलं नव्हतं.

"मी पंधरा-वीस वर्षांपूर्वीच दोन प्लॉट घेतले होते. अगदी स्वस्तात मिळाले होते. आता ते प्लॉट वस्तीत आले, त्यामुळे त्यांची किंमत वाढली आहे. काही हजारांत घेतलेले प्लॉट काही लाखांचे झाले आहेत. आणि आपलं जुनं घर... जे भाड्याने दिलं आहे... ह्या तीनच प्रॉपर्टीज आहेत. त्यातल्या प्लॉटवर कुणाला घर बांधायचंय?..."

"नाही अप्पा, आपापली घरं आहेत ना!"

"ठीक आहे. मग ह्या तिन्ही प्रॉपर्टीज विकून तुम्ही तिघांमध्ये ते पैसे सारखे वाटून घ्यावेत, असं मी माझ्या मृत्युपत्रात लिहिलं आहे. सगळे मिळून जवळजवळ पंचवीस लाख मिळतील... म्हणजे प्रत्येकी आठ लाख रुपये येतील... मी तुम्हाला फक्त पैशाच्या रूपानं वारसा देऊ शकलो... ज्यांची तुम्हाला फारशी गरज नाही...मला जाणीव आहे."

"अप्पा, तुम्ही दिलं ते आशीर्वाद समजून आम्ही घेऊ... गरज असो-नसो..." कविता म्हणाली.

"आणि अप्पा, आज गरज नसली तरी उद्या गरज पडू शकते. मुलांची शिक्षणं आहेत... आणि तेच केवढं महागडं झालंय आता." मुग्धा नेहमीसारखी सडेतोडपणे म्हणाली.

सगळ्यांनी तिच्याकडे रोखून पाहिलं; पण अप्पा हसले.

"खरंय मुग्धा... मुलांच्या शिक्षणाला पैसे लागतील. आणि ते पैसे तुम्ही माझेच वापरा... मला समाधान वाटेल... म्हणजे... आत्मा वगैरे काही असेल तर..."

सगळेच गप्प होते. ह्या विषयावर बोलायचं तरी काय?

पण मुग्धाला काही बोलावंसं वाटत होतं. तिच्या चेहऱ्यावरून आणि चुळबुळीवरून अप्पांनी ते ओळखलं.

"मुग्धा, तुला काही सांगायचंय?"

"हो अप्पा..."

आता ही आणखी काय सांगणार? सर्वांनाच काळजी वाटली.

"नि:संकोचपणे सांग मुग्धा."

"अप्पा, तुम्ही एक अंदाज लावलात की सव्वाआठ लाख रुपये प्रत्येकी येतील."

"हो. उशिरा विकले तर आणखी येतील."

"समजा, प्रत्येकी दहा लाख येतील."

सगळे कान टवकारून.

"माझं म्हणणं असंय अप्पा, की आमच्या हिश्शातले अर्धे पैसे आम्ही सुधांशूभाऊजींना द्यावेत. त्यांनी आणि कवितानं तुमचं आयुष्यभर केलंय. खरा हक्क त्यांचाच पोहोचतो. अनिरुद्ध... मी जे म्हणतेय, ते तुला पटतंय?..."

सगळेच चकित झाले होते.

"शिवाय, भाऊजींना एक मुलगीही आहे. आम्हाला दोन्ही मुलं आहेत. तिच्या लग्नासाठीही... हं?" मुग्धा पुन्हा अनिरुद्धकडे पाहून प्रश्न करत होती. पटलंय ना, असं नजरेनं विचारत होती.

खरं तर अनिरुद्धची परिस्थिती सुधांशूहून अधिक चांगली होती, तीही जाणीव मुग्धाच्या मनात कुठेतरी होती.

"चालेल. तू म्हणतेस, ते बरोबर आहे."

"पण अप्पांची इच्छा..." –सुधांशू.

आता मात्र अनिरुद्ध मोकळा झाला.

"सुधांशू, मुग्धाचं खरं आहे... अप्पा नेहमीच तुझ्याजवळ राहिले. आणि कवितानं त्यांचं आत्मीयतेनं केलं. ते क्रेडिट आहेच ना...!"

"...मी मात्र अप्पांशी सतत वाद घालत राहिले!" मुग्धानं कबुली दिली. अप्पांनी नेहाकडे पाहिलं. सहेतुक. ज्या विषयावर काल बोलणं झालं, त्याचं प्रत्यंतर मिळालं होतं.

"अगं, तू वाद घालतास म्हणजे काय– मनातले विचार मनात ठेवले नाहीस. बोलून मोकळी झालीस, एवढंच. बाकीच्यांच्या मनात काय हे विचार आले नव्हते? माझ्या बोलण्याची ती सहज प्रतिक्रिया होती."

मुग्धा छान हसली. कुठेतरी तिलाही हलकं-हलकं वाटलं असावं.

"मग अप्पा, तेवढा बदल कराना प्लीज तुमच्या..." मृत्युपत्र हा शब्द ती बोलू शकली नाही.

अप्पा नुसते हसले. त्यांनी प्रेमानं सर्वांकडं दृष्टी फिरविली.

***

आजकाल अप्पांनी पलंगावर झोपणं सोडून दिलं होतं. ते बाहेरच्या रस्त्याकडे पाहत असायचे. तो सळसळणारा रस्ता, दिवसा वाहनांचे हॉर्न... त्यांचे आवाज... संध्याकाळी त्यात दिव्यांची भर पडायची. हे लोकांचं कुठेतरी येणं-जाणं पाहणं अप्पांना आवडू लागलं होतं. त्या चैतन्याला मनात शिरण्याची मुभा त्यांनी दिली होती.

पण तरी कधी तरी ते उदासायचेही. आयुष्य चुकीच्या मार्गावरून निघून गेलं. पुन्हा ते क्षण यावेत... आपण चुका दुरुस्त कराव्यात. ते क्षण आपल्याला फार खुजेपण देतात. ते खुजेपण अप्पांना अस्वस्थ करतं. ते आता बदललेलं. भूतकाळ... अजगरासारखा... आपली नव्यानं उमलणारी पालवी गिळून टाकतोय.

"नेहाऽऽ" अप्पांनी दाराशी जाऊन हाक मारली. "आले... अप्पा..." नेहा आत आली.

तेच साधंसं रूप. अप्पा तिच्याकडे पाहत आणखीनच अस्वस्थ

झाले. त्यांनी हात चोळले. डोळे आकुंचले.

"अप्पा, काय झालं?"

"नेहा... जे तुला जमलं, ते मला कसं जमत नाहीये?..."

"मला काय जमलं?" –नेहा.

"केवढी बदललीस तू?... तू भूतकाळाची आठवणही नाही ठेवलीस. पण मी..."

"अप्पा, प्रत्येक स्त्री स्वतःच्या बदलाला चटकन सामोरी जाते. पण पुरुष मात्र लवकर स्वतःला बदलू शकत नाही. कारण त्याचा अहंकार. मी आहे तसा राहणार, हा आग्रह. आपल्याला जे हवं, ते समोर असावं; पण मधे भिंत असावी, तसा हा अहंकार आपल्या निर्मळ सुखाच्या आड येतो. माझा अहंकार सुटला आणि आयुष्याचा वेगळा आकारही मी आपलासा केला. आधीचा आकार विसरून.

"अप्पा... तुम्हीही सर्वांना माफ केलंत. तुम्ही स्वतः माफी मागितलीत... तुमचाही अहंकार संपला आहे."

"हो, खरंय नेहा. पण मनःशांती मिळत नाहीये. राहून-राहून ते प्रसंग, त्या व्यक्ती..."

नेहा आता तटस्थ झाली. ती आपल्या माँजींना आठवत होती.

"अप्पा, माँजींनी आणखीही एक त्याग केला होता. आणि त्यामुळे त्या पूर्णपणे मुक्त झाल्या होत्या."

"कोणता त्याग?"

"काळांचा त्याग. त्रिकाळांचा. अगदी वर्तमानकाळाचाही. माँजी म्हणायच्या, भूतकाळ आणि भविष्यकाळ अस्तित्वात नसतो. भूतकाळ श्वासांच्या कडीतून निघून गेलेला असतो. गेल्या क्षणी तो काळ मृत झालेला असतो. पण आपण स्मरणात त्याला उगाचच जिवंत ठेवतो. एवढा जिवंत ठेवतो, की आपण वर्तमान जगतच नाही. चांगलं, वाईट– जे काही घडून गेलं; त्याचा विचार करत राहतो. तीच परिमाणं, तेच निष्कर्ष व्यक्तींच्या बाबतीत लावत राहतो. क्षणाक्षणानं काळ पुढे पाऊल टाकतोय, हे लक्षात घेत नाही. ह्यातून आनंद मिळतो की दुःख, हा प्रश्न तसा वेगळा; पण माणसानं भूतकाळात जगू नये."

अप्पांच्या डोळ्यांसमोर अंजलीचा चेहरा चमकून गेला. तो थंडपणा, शांतपणे उत्तरं देणं आणि शेवटी तर अपरिचितासारखा नमस्कार करणं... हो, अंजली भूतकाळाच्या बाहेर पडली होती. त्यामुळेच ती एवढी समतोल राहू शकली. तिला आपल्या स्पष्टीकरणाची गरजही नव्हती. कारण भूतकाळातलं घडलेलं तिच्यासाठी संपलं होतं.

"अप्पा..." नेहानं त्यांना हलवलं.

"अप्पा, असं हरवू नका. आठवणी सोडून द्या आणि भविष्याचा विचारही करू नका. तसाही तुम्ही तो करणार नाहीत. कारण तुम्ही प्रायोपवेशन सुरू करणार आहात. पण अप्पा, खरं सांगू...? वर्तमान तरी कुठे आपला असतो? मी हा क्षण जगतो आहे, असं म्हणेपर्यंत तो क्षण निघूनही गेला असतो. क्षण येता क्षणी शिळा होत पुढे जातो. म्हणून मॉंजी त्रिकाल विसरल्या."

"नेहा, तू पण त्रिकाल विसरते?"

"नाही अप्पा, एक भूतकाळ सोडला तर मी वर्तमान आणि भविष्याचा विचार करते. कारण मी पत्नी आहे, आई आहे... भविष्याचा विचार करत मला वर्तमान क्षण स्वीकारायचा असतो, त्याला घडवायचं असतं. पण तुम्ही... सॉरी हं अप्पा. सारखा तुमच्या संथाऱ्याचा मी विचार करतेय. पण... हा सगळा आटापिटा त्यासाठीच चालला आहे ना?"

अप्पा हसले.

"नेहा, तू अवघड वाटून घेऊ नकोस. मला तुझी तळमळ समजते आहे. बरं, एक सांग– हे काळ कसे विसरायचे?..."

नेहा गप्प बसली.

"निर्धारानं... हो, निर्धारानंच. आणि हो, थोडं ध्यान लावून. मॉंजी कितीतरी वेळ भान हरपून ध्यानात जायच्या. त्यांना भानावर आणायला लागायचं."

"बापरे! आता हे ध्यान!..."

"अप्पा, ह्या बाबतीत तुम्हाला कुणाचं तरी मार्गदर्शन घ्यावं लागेल. तुमच्या मित्रांपैकी कुणाचे गुरू, योगी असेल तर ध्यानाची क्रिया समजावून घ्या."

***

संध्याकाळ होत आली होती. अप्पांनी आपली अलमारी उघडली. थंडी वाजत होती, म्हणून स्वेटर काढला आणि त्यांचं लक्ष त्यांच्या रोजनिशीकडे गेलं. काही महत्त्वाच्या नोंदी त्यांनी तारखा घालून त्या डायरीत केल्या होत्या.

त्यांनी त्या डायऱ्या हातात घेतल्या. एका पंजात मावतील एवढ्या डायऱ्या. आयुष्यात फारसं काही वैशिष्ट्यपूर्ण... नोंद करण्यासारखं घडलंच नव्हतं. अगदी आधी ते लिहायचे... 'आज आकाशी शर्ट घातला. सायकलवरून ऑफिसात पोहोचलो. दुपारी दोन वाजता चहा...' तीन-चार दिवसांत त्यांच्या लक्षात आलं होतं, की आपला प्रत्येक दिवसांत आधीच्या दिवसाची झेरॉक्स आहे. फक्त शर्टाचा रंग बदलतो. कधी कधी सायकल पंक्चर झाल्यानं पायी किंवा रिक्षानं ऑफिसात जावं लागलं होतं. ...मग त्यांनी ठरवलं, की महत्त्वाच्या नोंदी करायच्या. ...'अंऽऽ सुधांशू मॅट्रिक कधी झाला बरं? हां १९६८... बघू तरी आपण काय लिहिलं...'

अप्पांनी कुतूहलानं १९६८ जूनचं पान काढलं आणि ते स्वतःवर नाराज झाले.

नोंद होती– 'आज फाईलची गफलत केलीय. काय होणार ते कोणास ठाऊक?...सुधांशू ६५ टक्के मार्क मिळवून पास झाला. आता त्याच्या कॉलेजचा खर्च सुरू होईल.''

अप्पा ह्या क्षणी ओशाळले. आजचं मन त्या वेळी असतं तर... आपण काय लिहिलं असतं? खरंच, आपण काय काय लिहिलं असतं?

मुलं नाराज का नाही होणार...? पण नाही. आता भूतकाळ नकोच. आहे तरी केवढा भूतकाळ आपल्याजवळ? एका हातात... दोन-तीन डायऱ्यात मावेल, एवढा!

'अरविंदचा भूतकाळ केवढा असेल? त्याच्या किती डायऱ्या असतील?'

अप्पांनी पुन्हा स्वतःला आवरलं. त्यांनी त्या डायऱ्या घेतल्या. एका पिशवीत ठेवून ते बाहेर पडले.

"कविता, मी बाहेर जातोय. बाजारातून काही आणायचंय?...''

ह्या प्रश्नानं कविता भांबावलीच. त्यांना काही आणायला सांगायचा तिला संकोच वाटत होता. पण तरी त्यांनी एवढ्यानं विचारलं, तर सांगायला हवं, हेही तिला कळालं.

"अप्पा, जमलं तर लिंबं घेऊन या." आजवर तिनं अप्पांना काही आणायला सांगितलं नव्हतं.

नेहा तिथेच बसलेली. तिला हसू आलं.

"वहिनी, काय गं तू पण! अगं, त्यांनी बाजारातून काही आणू का विचारलंय... बाजार म्हणजे भाजीचाच असतो का? कपड्यांचाही असतो. सांग ना त्यांना की, तुमच्या पसंतीची एखादी साडी आणा."

"नेहा, अगं... छे! त्यांना कसं?..."

"का नाही? वडिलधारे आहेत ते तुझे. तुझ्यासाठी ते साडी आणू शकतात. आणा हो अप्पा... साडीच आणा तिच्यासाठी. पिशवी देऊ?..."

"आहे." अप्पांनी डायऱ्या ठेवलेली पिशवी दाखवत म्हटलं.

"काय आहे अप्पा त्यात?" नेहानं कुतूहलानं विचारलं.

"भूतकाळ!"

नेहा समाधानानं हसली.

"अप्पा, हे ठेवा तुमच्याजवळ आणि खरंच एक साडी आणा कवितासाठी. केवळ कविताच्या समाधानासाठी नाही... तुमच्याही!"

***

अप्पा नदीच्या किनारी बसले. नदी रोडावली होती. नदीचं पात्र कसलं... वाळवंटच झालं होतं ते. त्यातून एक प्रवाह मात्र वाहत होता.

वाळूत मुलं खेळत होती.

एक मुलगा मात्र दूर बसला होता. त्याला कुणी खेळात सामील करून घेतलं नाही, म्हणून रडकुंडीला आला होता.

"ए, इकडे ये..." अप्पांनी त्याला बोलावलं.

"काय?"

"चल, आपण नावा बनवायच्या का? जेवढ्या तऱ्हेच्या येतील तेवढ्या — "

मुलाचे डोळे आनंदानं चमकले.

“व्ह्य– मला येतं नावा बनवायला.”

“चल, बनव पाहू–”

अप्पांनी डायरीचं एक पान फाडलं, त्याच्याजवळ दिलं. देता-देता काही शब्द डोळ्यांसमोरून गेले.

‘अंजलीला सोडून गावी...’ तेवढ्यात मुलानं त्या कागदाची नाव केली.

“सोड पाण्यात–” त्यानं ती पाण्यात सोडली.

“स्वाहा!” अप्पा पुटपुटले.

पुटपुटत गेले.

आता अनेक नावा त्या प्रवाहात वाहत होत्या. थोड्या अंतरावर जाऊन बुडत होत्या. काही पाण्यात टाकता क्षणी मोडत होत्या, तर काही प्रवाहातल्या दगडापाशी गोल गिरकी घेत होत्या.

ते पाहून तो मुलगा आनंदानं टाळ्या वाजवत होता. मजेनं उड्या मारत होता.

हा तर अनभिज्ञ लहानगा आहे. पण अशीच दुसऱ्यांची आयुष्यं गटांगळ्या खाताना मोठ्यांना क्रूर आनंद होत असतो.

सगळ्या डायऱ्या संपल्या. अप्पांनी निःश्वास सोडला. सगळं गत आयुष्य त्यांनी पाण्याच्या स्वाधीन केलं होतं.

“चल, कुल्फी खायची?” त्यांनी त्या मुलाला विचारलं.

“कुल्फी? व्ह्य व्ह्य...!” तो आनंदानं ओरडलाच.

अप्पांनी स्वतःसाठीही कुल्फी घेतली. ते खाऊ लागले. आयुष्यातल्या बालपण संपल्यानंतरच्या मोठेपणातली ही पहिली कुल्फी होती.

“आजोबा, तुमी बी कुल्फी खाता? आम्हाला कुल्फी खाल्ली तर रागावतेत.” मुलगा आश्चर्यानं म्हणाला.

“हं, कारण तुझ्या आजोबानं म्हातारं होईपर्यंत भरपूर कुल्फी खाल्ली असणार!”

“काय?”

“काही नाही. आणखी हवी कुल्फी?”

“व्ह्य–”

"मला पण आण एक. हे घे पैसे..."

कुल्फी भराभर वितळत होती. हळूहळू केवळ काडीच उरली– कुल्फीच्या अस्तित्वाला आकार देणारी.

आपलंही भूत-भविष्य असंच वितळून गेलं आहे. आपण उरलो आहोत केवळ देह आणि श्वास ह्या दोहोंमुळे. अगदी निर्विकल्प, निर्विकार, निरहंकारी...

अप्पांनी काडीला लागलेला उरलासुरला बर्फ शोषून घेतला.

***

आयुष्यात कधीही न केलेलं काम अप्पा करत होते. पहिल्यांदा ते साड्यांच्या दुकानात चढले.

"साडी पाहिजे." त्यांनी दुकानदाराला सांगितलं.

दुकानदाराला हसू आलं.

"हो... बसा... साडीचं तर दुकान आहे!"

"हं... " अप्पांनाही हसू आलं. कदाचित इतर वेळी आपल्याला राग आला असता.

दुकानदारही त्यांच्याच वयाचा असावा. तो स्वतः उठला.

"सांगा, कसली साडी हवी?"

"कसली म्हणजे?"

"कॉटन, सिंथेटिक, वर्कची..."

"अरे बापरे...! हे बघा, माझ्या सुनेसाठी मला साडी घ्यायची आहे. तिला कशी आवडेल, तशी!"

अप्पा पहिल्यांदा साडी खरेदी करताहेत, हे दुकानदाराच्या लक्षात आलं.

"ठीक आहे. सुनेसाठी साडी देतो. पण तुमचं बजेट किती? म्हणजे, दाखवायला सोपं होईल."

अरे हो...! मघाशी नेहानं खिशात नोट सारली; आपण पाहिलीच नाही.

अप्पांनी ती नोट काढली.

हजाराची नोट होती ती.

अप्पांच्या मनात आणखी काही विचार आला.

"एका हजारात तीन साड्या येतील?" त्यांनी विचारलं. दुकानदाराचं हसू आणखी रुंदावलं.

"येतील की. तीन नाही, चार येतील."

"नाही, तीनच हव्यात. एक मुलगी, दोन सुना."

दुकानदार साड्या दाखवत होता.

फुलापानांच्या, ठिपक्यांच्या, काठापदराच्या... अप्पांच्या डोळ्यांपुढे येत होता ऊर्मिलेचा चेहरा, पण त्या आठवण्यात आता वेदना नव्हती.

"कोणती साडी चांगली दिसेल बरं...?"

"रंग कसा आहे..."

अप्पांनी साडीकडे पाहिलं.

"नाही, सुनेचा– लेकीचा..."

"गव्हाळी... गोरी..." त्यांना ऊर्मिलेचा रंग आठवला.

"वा:! मग हे रंग चांगले दिसतील." दुकानदारानं काही साड्या बाजूला काढल्या.

"नक्की ना?"

"हो. नाही आवडल्या, तर बदलून न्या. बायकांना साडी घेण्यापेक्षाही बदलून आणण्यात फार आनंद वाटतो. अनुभवावरून सांगतो."

"बरं, सांगतो त्यांना तसं. ह्या तीन द्या. हजारात येतील ना?"

"हो–हो, पंचवीस रुपये परतही येतील."

दुकानदारानं बिल फाडलं. साड्या पिशवीत ठेवून पिशवी त्यांच्या जवळ दिली.

"एक विचारू?" –दुकानदार.

"हं?"

"आयुष्यात प्रथमच साडी घेताहात, तीही ह्या वयात. असं का?... आधी... घ्यावी वाटली नाही?"

अप्पा त्या प्रश्नानं हळवे झाले.

"होतं खरं असं कधी कधी आणि साडी बदलण्यासारखी ती वेळ बदलता येत नाही!"

"आणि गेलेलं माणूसही परत येत नाही!"

"तुम्हाला कसं माहिती?"

"सुना-मुलींसाठी साड्या घेणारा पत्नीला साडी का घेणार नाही?"

"हं..."

अप्पा दुकानाबाहेर पडले.

क्षणभर डोळे मिटले.

भूतकाळ विसरायचा... डायरीची सगळी पानं प्रवाहात सोडली. आपल्या मनातल्या आठवणीही आपण अज्ञात दिशेनं जाणाऱ्या काळाच्या प्रवाहात सोडल्या. आपण अगदी एकांडे उभे आहोत. वर्तमानाच्या शीर्ष बिंदूवर.

अप्पा घरी आले.

"नेहा, मुग्धा, कविता..." त्यांनी सर्वांना एकदमच हाक मारली.

तिघी पटापट समोर आल्या.

"पोरींनो, ह्या साड्या आणल्यात तिघींना. ज्या आवडल्या, त्या उचला पाहू."

"अप्पा, तुम्ही साड्या आणल्या आम्हाला!" मुग्धानं आश्चर्यानं विचारलं.

"हो. आणि त्या दुकानदाराला सांगितलं, पोरींना साड्या आवडल्या नाहीत, तर बदलून नेतील."

"नाही अप्पा, तुम्ही एवढ्यानं साड्या आणल्या आम्हाला; आम्ही त्या का बदलू?"

"तुमच्या आवडीचं नेसू की आम्ही!"

...तिघींचा किलबिलाट.

ह्या लहान-लहान घटनांत केवढा आनंद, केवढं प्रेम भरलं असतं! आपण आजवर...

त्यांनी 'आजवर'चा विचार करणाऱ्या मनाला ओढून वर्तमानात आणलं.

हे बघ — हे 'आजवर', 'आम्ही', 'तरुण वयात' हे सगळं आता विसरायचं. लक्षात ठेवायचं फक्त आता... आपल्याजवळ फार वेळ

नाहीये. जगणं राहूनच गेलं. ते आता जगायचंय. –ते मनाला समजून सांगत होते.

"आणि कविताबाई...ही तुमची लिंबं!" अप्पांनी लिंबांची पिशवी कवितापुढे धरली.

"अगं बाई, एवढी लिंबं!" पन्नास एक लिंब पाहून कविता उद्गारली.

"पंचवीस रुपये उरले होते. घेतली तेवढ्याची. जास्त झाली का?"

नेहा हसली.

"बरं झालं अप्पा, पन्नास रुपये नाही उरले ते! आता वहिनी, तुझं ते लिंबू-मिर्चीचं लोणचं टाक."

"चुकलंच बहुधा" अप्पा पुटपुटले.

"जाऊ द्या अप्पा. हळूहळू जमेल." नेहा बोलून गेली. अप्पांनी तिच्याकडे प्रश्नार्थक पाहिलं. नेहानं त्यांच्या दृष्टीत दृष्टी मिसळली. ती किंचित हसली.

त्या हसण्यातून तिला काय सांगायचं, हे मात्र अप्पांना कळालं नाही. हळूहळू जमेल! आपल्याला तर घाई झालेली. नेहा का हसली?

अप्पा विचारात पडले.

***

सकाळ झाली होती. अजून इतरांना जाग यायची होती. उजळ प्रकाश पसरू लागला होता. हळूहळू अधिक उजळ होत होता.

अप्पा बागेत आले.

अनेक पक्षी परमेश्वरानं बहाल केलेल्या शीळ घालत होते. तेवढी एकमेव, विशिष्ट स्वरतानच त्यांच्या गळ्यातून बाहेर पडत होती. पण त्यातलं माधुर्य अवर्णनीय होतं. त्या तानांसोबत झाडाची फांदीही जणू झुकत होती. वाऱ्याच्या झुळका शरीराला स्पर्शून जात होत्या. अप्पा शांतपणे ते ऐकत होते.

"अप्पा,... काय ऐकताय?" –नेहा.

"ही गाणी..."

नेहा बराच वेळ शांत होती. तीही त्या वातावरणात विरघळून जात होती. तिनं डोळे मिटले. हळूहळू केवळ स्वरांचं राज्य तिच्याभोवती पसरत

गेलं.

"झोप येतेय, नेहा?"

"नाही. डोळे मिटून आवाज ऐकतेय." तिचा स्वर त्या तंद्रीतलाच होता.

"अप्पा, कुठपर्यंत आलाय मानसिक प्रवास? भूतकाळ विसरू शकता आहात?"

"प्रयत्न करतो आहे आणि थोडं— थोडं जमतंही आहे. फक्त सगळ्यांच्या बाबतीतला अपराधी भाव जात नाहीये." अप्पांनी खरंखुरं सांगितलं.

"अप्पा... अपराधी कोण होतं?"

"मीच! आणि कोण?..." आश्चर्यानं ते उद्गारले.

"मी म्हणजे तुम्ही– हे शरीर, मन, बुद्धी."

"अर्थात."

"अप्पा, सात वर्षांत माणसाच्या शरीरातल्या सगळ्या पेशी बदलेल्या असतात. म्हणजे, त्या वेळचे तुम्ही आज शरीरानं 'तुम्ही' नाहीत आहात. मनाचं तर चंचलपण सगळ्या काळांपलीकडचं असतं. कधी इथे, तर कधी तिथे. माँजी म्हणून तर मनाला वानर म्हणायच्या."

"वानर?"

"हं... आणि आत्मा... निर्लेप, निरहंकारी, निराकारी. तो तर आपल्याही पलीकडे असलेला.

"ते अपराध ज्या-ज्या वयात केले, ते अप्पा आज अस्तित्वात आहेत का? पेशीच्या रूपानं सर्व शरीर बदलून शारीरिक पुनर्जन्म झालेला– मनही पूर्ण बदललेलं. ह्या जन्मीच आपले पुनर्जन्म होत असतात. अप्पा, ज्यानं अपराध केला आहे, तो कधीच संपला आहे. आता आहे तो पश्चात्तापापलीकडे जाऊ पाहणारा. मेंदूच्या पेशींनी ओंजळीत जपलेली स्मरणं बाळगणारा. बस, एवढेच तुम्ही!"

अप्पांच्या अंगावर सरसरून काटा आला. त्यांनी आपल्या सुरकुतल्या अंगावरून हात फिरवला. "हे शरीर जे जुनं झालं म्हणतो, ते जुनं नाही. वार्धक्य घेऊन येणाऱ्या पेशी नव्यानं ते घडवताहेत. नवं असलं तरी

वयस्कपण बाळगणारं आणि मृत्यूजवळ जाणारं.''

''...निसर्गाचा हा चमत्कार!'

''अप्पा! विसरून जा ते सर्व. इथेच बसा. निसर्गाकडे पाहा. निसर्गाची भाषा ऐका. अगदी कान देऊन, देहभान विसरून.''

अप्पांनी आकाशाकडे पाहिलं. आकाशपोकळीत पक्ष्यांचा पंखरव सुरू झाला होता. हळूहळू निळसर प्रकाश सोनेरी होऊ लागला होता. झाडांची सळसळ स्पष्टपणे ऐकू येत होती. मधेच गवतातल्या किड्यांचं टॉक टॉक वाजणं. टि–टी... कूऽऽऽ... टि टी टँ टिटीटँ... काव काव... असे अनेक कलरव कानात शिरत होते.

त्यांनी डोळे मिटले.

डोळे मिटल्यावर डोळ्यांच्या अंधारात झाडाच्या हिरवट काळ्या सावल्या डोलत होत्या. पापणीतल्या अंधाऱ्या कोपऱ्यात प्रकाशाचा बारीकसा ठिपका आकारला होता. मधेच गडद फिक्या काळ्या रंगांची वर्तुळं एकमेकांत मिसळत होती.

त्या वर्तुळांपैकी एक वर्तुळ आपणही. मोठं होत–होत एकदम...

''नेहा...'' अप्पांनी घाबरून डोळे उघडले.

नेहा डोळे मिटून शांत.

''नेहा...''

''अं?''

तिनं अप्पांकडे पाहिलं.

''काय झालं अप्पा...?'' तिनं विचारलं.

''एकदम हरवल्यासारखं वाटलं. घाबरलो म्हणून.''

''अप्पा, तुम्हाला कुणात आणि कशातही हरवण्याची सवय नाही, म्हणून तसं होतंय. तुम्ही आजवर स्वत:लाच गच्च पकडून ठेवलं होतंत. कधी स्वत:ला स्वत:पासून मुक्त केलं नाही. हरवा... स्वत:ला कुठेतरी हरवा... कदाचित त्या हरवण्यातून खूप काही मिळेल.''

''तुला... तुला नाही भीती वाटत?...''

''अंहं... स्त्री स्वत:ला हरवतच असते नेहमी... ते सवयीचं होतं. म्हणून डोळे मिटले की मी स्वत:ला सापडते. एक स्थिती अशी असते,

अप्पा, जी हरवण्या आणि सापडण्यापलीकडची असते. ती स्थिती मिळणं फार आवश्यक आहे.''

"ध्यानासाठी कुणाकडे जाणं आवश्यक आहे?''

"अप्पा, ध्यान शिकवणारा मन निर्विकार, निर्विकल्प करायला शिकवणार. पण ती अवस्था कायम ठेवणं... आणि त्या अवस्थेपलीकडचा प्रवास आपल्यालाच करावा लागतो. शिकवणारा माणूस काठावरच उभा राहतो. आपणच मनात खोलवर जायचं असतं.''

"कशाला कुणाकडे जाऊ? तूच माझी गुरू आजपासून.''

नेहा संकोचली.

"अप्पा...''

"अगं, खूप काही शिकवलंस. खरं तर निर्विकार, निर्विकल्पही झालोय मी. फक्त जे थोडंफार शिकायचे राहिले, तेही तुझ्याचकडे शिकेन.''

"अप्पा, जास्त काही नाही. मघाशी सांगितलं तसंच कॉन्सन्ट्रेशन करा. स्वतःच्या सृष्टीतून बाहेर पडून बाहेरच्या सृष्टीशी स्वतःला जोडून घ्या. नेहा, कविता, सुधांशू, नातवंडं आणि आईलासुद्धा विसरा. तुम्ही ह्या विश्वाचे नाहीत, तर निसर्गविश्वाचे आहात, हे मनाशी ठरवा आणि मन एखाद्या आवाजाशी, वस्तूशी केंद्रित करा. विचार येतील तसे येऊ द्या आणि जातील तसे जाऊ द्या. विचार येऊच देणार नाही, असं म्हणून मनाच्या भिंती उभ्या करू नका. हळूहळू विचार येणं थांबतील.''

***

अप्पांचं सकाळी उठून ध्यान करणं सुरू झालं. हळूहळू विचार त्यांना सोडून जात होते. भूतकाळ लुडबुड करेनासा झाला. अप्पा कधी बागेतल्या टपटपणाऱ्या पाण्याकडे लक्ष केंद्रित करत होते. मनातल्या गहन अंधारात तोच एक आवाज घुमत राहायचा... हळूहळू त्या आवाजाचं भानही निघून जायचं. फक्त येते-जाते श्वास तेवढे सोबत असायचे.

घरातलं त्यांचं अस्तित्व सगळ्यांनाच आश्वासक झालं होतं. नेहमी संकोचात राहणारी कविता अप्पांसोबत मोकळेपणानं बोलत होती. मुलं विनोद सांगायचे, कधी त्यांच्या आवडीचे पदार्थ व्हायचे.

लहान-लहानशाच गोष्टी; पण अप्पांच्या मनाच्या कोपऱ्यात एकेक ज्योत पेटवून जायच्या. हळूहळू मनातले दिवे वाढत होते... प्रकाश वाढत होता आणि त्या प्रकाशात सर्व व्यक्तींसह जीवनही उजळून निघत होतं.

***

संध्याकाळ झालेली. अप्पा नदीकाठी गेले. तिथल्या एका खडकावर बसून ते नदीचा प्रवाह पाहत होते. तो संथ प्रवाह, मधेच कुठेतरी उंच-सखल भागामुळे उठणारा खळाळ... त्याचा आवाज... पाण्यावरून उडणाऱ्या टिटवीचं ओरडत जाणं... काठाची झाडं शांतपणे स्वत:ला न्याहाळत, मधेच वारा येऊन त्यांच्या पर्णसंभारातून सरसरत जात होता. झाडं शांतपणे स्वत:ला वाऱ्याच्या स्वाधीन करून त्याच्या इच्छेप्रमाणे डुलत होती. प्रवाहाच्या पुढे दूरवर धुकं दाटून आल्यानं प्रवाह त्यात लुप्त झाला होता. अप्पा ह्या सगळ्यात हरवून गेले होते. ते चित्र मनात असं ठसलं होतं, की त्याखेरीज कशाचीही जाणीव, स्वत:चं भान त्यांच्याजवळ उरलं नव्हतं.

ते भानावर आले.

त्या दिवशीचाच मुलगा त्यांच्या खांद्याला स्पर्श करून त्यांना भानावर आणत होता.

"आजोबा... आज होड्या व्हाईत?"

"नाही बेटा, आता माझ्याजवळचं सर्व काही संपलं..."

"असं कसं? कागद कुठं संपतात?"

"कुणाकुणाचे संपतातही. बरं, आपण कुल्फी खाऊ या..."

"व्हय..." मुलगा उत्साहानं म्हणाला.

अप्पांनी त्याला पैसे दिले.

मुलगा कुल्फी घेऊन आला.

"कुठे राहतोस तू?"

"झोपडपट्टीत..."

"आई-वडील काय करतात...?"

"आई-वडील न्हाईत."

"काय?" अप्पा दचकले.

"मी लहान असतानाच आई-वडील हीर खणताना गाडले गेले.''

अप्पांच्या अंगावर शहारा आला.

"तू राहतोस कुठे?''

"लई झोपड्या आहेत तिथं. त्यांच्या वळचणीला झोपतो.''

एवढासा मुलगा एकटा वळचणीला झोपतो! एवढं जगण्याचं धैर्य कोठून आलं ह्याच्यात?

"आणि मग जेवण?''

"कुनीतरी देतं भाकरी-ठेचा.''

"शाळा?''

" ... ''

"अंघोळ वगैरे?''

"सार्वजनिक नळाखाली बसतो.''

"कपडे...''

"झोपडपट्टीतील कुणी देतं. चांगली मानसं हायती. दोन घास घेतात. दाराशी झोपू घेतात. कधी मधी कपडे घेतात.''

"कपडे स्वच्छ आहेत तुझे.''

"इठा आजी धुऊन घेते न्हव!''

"शिकावंसं नाही वाटत?''

"कोण शिकविणार?''

"आई-वडील आठवतात?''

"न्हाई. काहीबी आठवत नाही लहानपणचं.''

"आणि पुढे काय करणार?''

सात-आठ वर्षांचा तो मुलगा– त्या प्रश्नानं कोड्यात पडला.

"पुढं?...''

एवढंच म्हणून गप्प बसला. त्यांनी त्याच्या पाठीवर हात फिरवला. ती हाडकुळी पाठ. अप्पांचं मन भरून आलं. ते पाठीवरून हात फिरवत राहिले. बोलणारा मुलगा गप्प झाला. हा स्पर्श त्याच्यासाठी अनोळखी होता.

"बेटा, शीक. कुठेतरी नोकरी कर. चांगलं काम कर. आयुष्य छान

जग. तू शाळेत जाशील?''

''कोण शाळेत पाठविनार मला? पुस्तकं... शाळेचे पैसे...''

''मी देईन तुला. जाशील? चांगलं जगायला... मोठं व्हायला शिकायला हवं. शिकशील?''

''हो. मला टेम्पो चालवायचाय मोठेपणी...''

''हं... मग टेंपोसाठी कर्ज घ्यायलाही मॅट्रिक पास असावं लागतं.''

मुलगा विचारात पडला.

''आजोबा, शिकवाल तुम्ही?''

''हो.''

''मी शिकेन.''

''मग मी असेपर्यंत तू पैशांची काळजी करू नकोस. तुझी शाळा आणि खानावळ ह्यासाठी पैसे मी देईन. तुला चांगलं शिकताना मला पाहायचंय. इथेजवळ शाळा कोणती आहे?''

''ती काय...'' त्यानं एक इमारत दाखवली.

''बरं, उद्या आपण तुझी ॲडमिशन घेऊ या.''

''चल, तुझ्यासाठी अंकलिपी-पाटीपेन्सिल आणू...''

दोघंही उत्साहानं उठले.

''अरे, तुझं नाव तर नाही सांगितलंस मला?''

''मला समदे बाळू म्हणतात. त्येच माझं नाव. आणि आजोबा, मी इथे रोज संध्याकाळी येतो. तुम्ही याल रोज?''

''रोज?'' अप्पा अडखळले.

अप्पा घरी परतत होते.

त्यांच्या मनात स्वत:चेच शब्द घुमत होते- 'मी आहे तोपर्यंत...' म्हणजे नक्की काय? त्यांना त्यांच्याच मनाची भाषा कळत नव्हती.

***

रात्र हळूहळू स्थिरावत होती. अप्पा घरासमोरच्या छोट्याशा बागेतच रेंगाळले होते. त्यांच्या मनातून तो मुलगा जात नव्हता. ज्याला कुणीही नातेवाईक नाहीत, राहायला घर नाही, जेवायला मिळेलच ह्याची शाश्वती नाही... ज्याला आपला भूतकाळ धूसरही आठवत नाही, ज्याला कधी

कुणी त्याच्या लहानपणाचा फोटो दाखवला नव्हता किंवा ज्याच्याशी कुणी उद्याच्या सूर्याची चर्चा केली नव्हती... ज्याचे कुणी अश्रू पुसले नव्हते, ना हसू वाटून घेतलं होतं... कदाचित रडायचं असतं...हे, हेदेखील त्याला माहिती नसावं.

जे-जे नेहा आपल्याला व्हायला सांगते आहे ते-ते त्याला नकळत स्वीकारावं लागलं आहे आणि आता त्याला शिकायचं आहे. बारावी व्हायचंय, टेम्पो घ्यायचा आहे... त्याला जगायचंय.

हो, त्याला जगायचंय.

त्यांनी आकाशाकडे पाहिलं. आकाशात आता ग्रह दिसू लागले होते. बारीक, फिके, ठिपक्यांसारखे. थोड्या वेळानं तारे दिसू लागतील. वारा जोरानं वाहतोय. पक्षी झाडांवर येऊन किलबिलाट करताहेत. त्यांची पिल्लं चोच वासून पुढे येताहेत. हा संधिप्रकाश... झाडांच्या गडद होत चाललेल्या सावल्या... दूरवर दिसणारा डोंगर... त्यावरून उतरणारी जनावरं... डोंगरावरूनच आलेली नागमोडी सडक... त्यावरून येणारी, दुरून खेळण्यासारखी दिसणारी वाहनं...

त्यांनी डोळे मिटले. त्यांच्या मनासमोर पावसाळा साकारला. पावसाच्या सरी... त्यांचा आवाज... सावळं वातावरण.

क्षणात हिवाळा डोळ्यांपुढे आला. थंडीत अंगाला सुखावणारं सोनेरी ऊन, चैतन्यपूर्ण वातावरण...

क्षणभरात उन्हाळा... निष्पर्ण वृक्ष... गरम झळ... आंब्याच्या मोहोराचा वास...

क्षणात कुठेतरी पाहिलेला धबधबा... त्याचं दोन पातळ्यांवर उड्या घेत खाली येणं... त्याचे तुषार...

ॐ... त्यांच्या ओठून त्या निसर्गासाठी हाक निघाली.

त्या अवस्थेत ते स्तब्ध झाले. सर्व निसर्ग, सर्व ऋतू, सर्व रस्ते— त्यांच्या भोवताली स्तब्ध झाले. त्या मनातल्या आसमंतात हवेसोबत आनंद भरून होता. एक सूक्ष्म गंध व्यापून होता. ॐकाराची धीमी आवर्तनं होती. अनेक ज्योतींचा प्रकाश सामावला होता.

हळूहळू तेही सर्व सावकाश विझत गेलं. उरला मखमली नीरव

काळोख. आश्वासक. एक अशी मानसिक स्थिती– ज्या स्थितीत काहीही नव्हतं. कुठलाही विकल्प नव्हता. केवळ शांती... शांती... आणि शांती. त्या शांतीतलं प्रगाढ समाधान...

एक निर्विकल्प अवस्था.

ते त्या अवस्थेच्या बाहेर आले. त्यांनी डोळे उघडले. डोळेही जडावले होते. समोर पाहिलं, तर कुणी उभं... त्यांनी सावध अवस्थेत येत पाहिलं.

ती नेहा होती. अप्पांकडे आश्चर्यानं एकटक पाहत होती.

''अप्पा!'' ती उद्गारली.

अप्पांनी नुसतंच काही बोलू नकोस, ह्या अर्थानं खुणावलं.

कुठलीही हालचाल करावी, असं त्यांना ह्या क्षणी वाटत नव्हतं. कदाचित हात-पाय हलणारही नाहीत, एवढं विदेहीपण त्यांना जाणवलं होतं.

''हं ऽऽ'' त्यांनी एक हुंकार भरला.

''अप्पा, कोठे जाऊन आलात?''

''स्वतःच्या पलीकडे. स्वतःच्या जीवन-मरणच्या पलीकडे. नितांत सुंदर सत्याजवळ.''

''कसं वाटलं अप्पा...? सांगा मला–'' ती उत्सुकतेनं विचारत होती.

''ज्या अवस्थेचं वर्णन 'शब्दातीत' ह्या शब्दात केलं आहे, त्या अवस्थेचं वर्णन कसं करू? पण ती अवस्था, त्या क्षणीचं मन किंवा आत्मा–काय म्हणायचं ते म्हण... जीवन-मरणात बांधता येणारं नव्हतं. ती जाणीव अशारीर होती. ह्याहून अधिक काय सांगू? फक्त एक सांगतो नेहा, जो जन्म, जे मरण मला फार महत्त्वाचं वाटत होतं; ते महत्त्व संपलं. ती कदाचित एक अम्लान वृत्ती असावी– जी शरीर नसतानाही अस्तित्वात असेल.''

ते गप्प बसले.

नेहाही गप्प होती.

तिनं अप्पांना स्पर्श केला. त्यांचं अंग उष्ण होतं.

"अप्पा, हा ताप."

"नाही. क्षणार्धातली ती ऊर्जा आहे. ती ऊर्जा पेलायला हे शरीर तसं असमर्थ आहे. माझं अंग ठणकतंय-दुखतंय; पण मन मात्र अत्यंत प्रसन्न आहे."

"अप्पा..."

"हं-?"

"हे कसं काय साधू शकलात तुम्ही?...मला कधी वाटलंही नव्हतं, की तुम्ही ह्या ध्यानमार्गात एवढ्या मन:पूर्वक याल आणि ह्या अवस्थेपर्यंत पोहोचाल. मी आजवर तुम्हाला जे सांगत आले, ते माँजींनी मला सांगितलं. पण एका क्षणाचं ते बंद दार तुम्ही किती चटकन उघडलंत! माँजी म्हणायच्या मला... अनेक वर्षं ध्यान करावं आणि एका अज्ञात क्षणी अवकाशाचं दार उघडतं आणि जाणिवा मुक्त होतात. ...तुम्हाला हे सर्व एवढ्या लवकर कसं जमलं?"

"कदाचित मृत्यू स्वीकारायची मनाची तयारी झाली होती म्हणून? कालातीत, व्यक्तीतीत झाल्यामुळे? किंवा वयाचा परिणाम?"

"हो... आता पुढचा सर्व प्रवास केवळ तुमचा असणार आहे. आता माँजींच्या मार्गदर्शनाची गरज नाही."

"पुढचा प्रवास?..."

"हं..."

अप्पा विचारात पडले. पुढचा प्रवास किती आहे? आणि...

तो आपल्या इच्छेचा आहे की निसर्गाच्या इच्छेचा?...

***

रात्र भराला आली होती. पण अप्पांना झोप येत नव्हती. ते स्वत:चाच शोध घेत होते. किनारा बदलला होता; पण मार्ग संपला नव्हता. आजवर मरणाची, आत्मग्लानीची भावना, अपराधी जाणीव... ह्यानं मन पोखरलं होतं. जीवन संपवावं वाटत होतं. पण आता जीवन एका क्षणकाळाच्या वृत्तीच्या स्वाधीन झालं होतं. सर्व भाव पुसले गेले होते. त्या वृत्तीत उत्साह होता, प्रसन्नता होती, आनंद होता... हे सगळे नव्याने ओळखीचे झाले. त्यांना एवढ्यात संपवायचं? इच्छामरण घेऊन?

संपणं, संपवणं, मरण– ही भाषाच आता संपली होती.

'खरं तर... काही दिवस आधीपासूनच ती भाषा संपली असावी!' ते विचार करत होते. स्वत:चंच परीक्षण करत होते. 'त्याशिवाय का आपण त्या मुलाला शिकवण्याचं आश्वासन दिलं? हो, आपल्याला जगावंसं वाटतंय. आपण सगळ्यातून मुक्त झालो आहोत. त्या मुक्त जाणिवेमुळे जगावंसं वाटतंय. पण... आयुष्याचा परीघ वाढला, किनारा बदलला. सर्व सृष्टी हाकारे घालू लागली आहे. त्या सृष्टीच्या कानाकोपऱ्यात जायचं. तिची बोली, तिचे श्वास, तिचे राग, प्रेम–उन्माद– हे सगळं जाणून घ्यायचं. हळूहळू ती सृष्टीच आपण होऊन जायचं. वर्षात, घटनांत, राग-लोभात, पश्चात्तापात बांधलेल्या ह्या इथल्या जगण्यात आता राहायला नको.'

ते रात्रभर विचार करत होते. पहाटे पहिला पक्षी ओरडला. हळूहळू घरट्या-घरट्यात जाग येऊ लागली.

अप्पांनी फोन हाती घेतला.

"हॅलो– रेल्वे स्टेशन इन्क्वायरी..." समोरून आवाज आला.

"हिमाचलला जायला कोणती गाडी आहे? आणि किती वाजता, हे सांगाल?"

समोरून उत्तर आलं.

"मला जागा मिळू शकेल?"

"आपलं वय–?"

"बाहत्तर."

"हं. सिनिअर सिटिझनच्या कोट्यात मिळेल."

"गाडी राइट टाइम आहे?"

"हो. गाडी इथूनच सुटते. राइट टाइम आहे." अप्पांनी फोन ठेवला.

'आता उशीर नको. झाला तेवढा पुरे. आता हा राइट टाइम गाठलाच पाहिजे.' अप्पा पुटपुटले. ते उठले.

त्यांनी लहानशी बॅग घेतली. दोन कपडे त्यात ठेवले. जरुरीच्या गोष्टी ठेवल्या. कपाटातून पैसे काढून ते कपड्यांखाली ठेवले.

गाडी दहाला सुटणार होती.

आत्ता पाच वाजले होते.

ते सगळ्यांच्या उठण्याची वाट पाहत होते.

***

सकाळचे साडेसात वाजले होते. सर्व जण टेबलवर येऊन चहा पीत होते.

...आणि अप्पा आले.

मुग्धानं अप्पांकडे पाहिलं.

"अरे वा! अप्पा, आज अंघोळ-बिंघोळ करून तयार! कुठे जायचंय?''

"हो.'' अप्पा खुर्चीवर बसत म्हणाले.

त्यांनी सगळ्यांकडे दृष्टी फिरविली.

त्या दृष्टीतल्या मोरपिसानं सर्वांनाच हळुवार स्पर्श केला.

किती बदललेत अप्पा! एवढी प्रेमळ, वात्सल्यपूर्ण दृष्टी कधीच नव्हती त्यांची. आणि शिवाय ही त्यातली अथांगता!

"मी जाणार आहे.''

आता मात्र त्यांच्या सांगण्यातलं वेगळेपण सगळ्यांच्या लक्षात आलं.

"कुठे?...'' नेहानं विचारलं.

"कुठे, हे मलाही माहिती नाही. पण उत्तरेत जायचंय, हे निश्चित. हिमाचल प्रदेशात...''

"काय?...'' सगळेच उद्गारले.

"हो. कधीतरी टीव्हीवर हिमाचल दाखवलं होतं. आज त्या प्रदेशाची ओढ वाटतेय. ती उंच झाडं, स्वच्छ उड्या मारत धावणाऱ्या नद्या... पर्वतराजी...'' अप्पा स्वतःशीच बोलत असल्यासारखे सांगत होते.

"मला शांतता हवी आहे... मी स्वतःपासून दूर झालो. आता निसर्गाच्या कुशीत जावं वाटतंय.''

"पण अप्पा, तुम्ही एकटे...'' –कविता.

"हो, एकटा. अगं बेटा... इच्छामरण स्वीकारणार होतो तेव्हाही एकटाच जीवनापलीकडे जाणार होतो ना!...''

सगळेच भानावर आले. ह्या काही दिवसांत अप्पांच्या इच्छामरणाचा सगळ्यांना विसरच पडला होता.

"आणि एकटा का?... तुम्ही सर्व आहात ना मनात. आधी तुम्हा सगळ्यांत असून मनात कुणीही नव्हतं. आता तुमच्यापासून दूर गेलो तरी तुम्ही मनात असणार. ह्याहून अधिक काय हवं?"

"पण अप्पा, तुम्ही राहाणार कुठे?..." –मुग्धा.

"दोन कपडे सोबत घेतलेला माणूस कोठेही राहू शकतो– धर्मशाळा... मंदिर..."

"पण असे रागावून गेल्यासारखे..." –कविता.

"नाही कविता, मी रागावलो, असं वाटतं का तुला?...माझे सर्व विकार संपले आहेत. आता मनात फक्त आहे प्रेम. आणि त्या जोडीला..."

अप्पा सांगावं की नाही म्हणून गप्प बसले.

"काय...सांगा ना अप्पा..." नेहानं म्हटलं.

"त्या जोडीला चैतन्य..." अप्पांनी नेहाकडे पाहिलं.

"चैतन्य? कसलं?..." सुधांशूनं विचारलं.

"ते नेहाला माहिती आहे...तर, हे चैतन्य ह्या शरीरात न मावणारं आहे...ते कधी कसं बाहेर पडेल, हे सांगता येत नाही. कदाचित ते कधी पायाला गती देईल... डोंगर चढायला लावेल... कदाचित हातांना गती देऊन काही काम करवून घेईल...पण सगळ्यातून मुक्त व्हायचंय. कदाचित तिथे मला अधिक मार्ग दिसेल. परिघ अधिक मोठा होईल... काय होईल; माहिती नाही. पण फक्त हा क्षण मला सांगतोय, की इथून निघायचं. पुढच्या क्षणाचा विचार मी करणार नाही. बरोबर आहे ना नेहा...?"

नेहा हसली. भारावून तिच्या डोळ्यांत पाणी दाटलं होतं.

"हो अप्पा...अगदी बरोबर आहे. हाच अपरिग्रह... आणि... हाच संन्यास...जो तुम्हाला काल जाणवला..."

"हो– संन्यास म्हणजे जीवनापासून तुटणं नाही, हे त्या क्षणी लक्षात आलं. संन्यास म्हणजे स्वत:पासून तुटणं आणि चराचरात रुजणं...काल मी प्रकाशात, ध्वनीत, वाऱ्यात, हवेत रुजलो. काल डोळ्यांनी खरंखुरं पाहिलं, कानांनी खरं ऐकलं. पंचेंद्रियांनी काल अपरिमित जाणिवांना

जाणलं. आता त्या अपरिमितला 'मिती'मधे आणायला नको. मी माफी आधीच मागितली आहे. आता निरोप द्या..."

"अप्पा, तुम्ही परत केव्हा येणार?"

"कुणास ठाऊक? किती वर्षं उरली असतील माझी? एवढी वर्षं व्यर्थ गेली. आता जगायचंय. दोन, चार, सहा... जेवढं आयुष्य असेल, तेवढं."

"अप्पा...तुम्हाला..." मुग्धा अडखळली. अप्पांशी मृदबंध बांधला गेल्यामुळे ती कठोर विचार करू शकत नव्हती.

"विचार ना!"

"अप्पा...तुम्हाला काही झालं तर...आम्हाला कळणार कसं?...तुमचं असणं-नसणं आम्हाला कळायला हवं ना!"

"मी ती व्यवस्था करेन. कशी, ते तिथे गेल्यावर ठरवेन..."

सगळेच गप्प बसले. नातवंडं आश्चर्यानं पाहत होती.

"एक विनंती शेवटची..."

"असं का म्हणता अप्पा?" अनिरुद्ध उद्‌गारला.

"तुम्ही सांगा आम्हाला काय करायचं ते..."

"मी नदीच्या काठावर फिरायला जायचो. तिथे झाडापाशी बाळू नावाचा एक अनाथ मुलगा रोज येतो. त्याची खूण म्हणजे सगळी मुलं खेळत असतात आणि तो एकटा असतो...त्याच्या नावे काही पैसे फिक्स डिपॉझिट करा. आणि त्याचं शिक्षण करा. तो किमान बारावी झाला पाहिजे...मी दिलेले अनेक शब्द मोडले. पण हा शब्द पाळायला हवा... हे पैसे. पन्नास हजार आहेत...त्याच्या व्याजावर त्याचं शिक्षण होईल." अप्पांनी पैसे सुधांशूजवळ दिले.

अप्पांना आता अगदी मोकळं वाटलं.

"चला, चहा द्या... तुमच्या सोबतचा चहा–कदाचित शेवटचा... कदाचित परत आलो तर पुन्हा घेईनही. कुठलीही आग्रही भूमिका नाहीये. आयुष्य जिथे ओढ घेईल तिथे मुक्तपणे जाऊ शकेन. कदाचित वाटलं तर परत ही येईन. काय नातवंडं... अभ्यास चांगला चाललाय ना? आयुष्यात मोठं व्हा. दुसऱ्याला पायाखाली शिडीसारखं वापरून वर जाऊ नका.

स्वत:ची क्षमताच स्वत:ची शिडी असू द्या. पश्चात्ताप चितेपेक्षा दाहक असतो– अनुभवानं सांगतोय.''

"अप्पा... आम्ही तुम्हाला भेटायला येऊ."

"या–या... नक्की या...'' अप्पा हसत उद्गारले.

ज्या नातवंडांना आपण कधी जीव लावला नाही आणि जी नातवंडं शाळा आणि कॉम्प्युटर ह्यामध्येच गर्क असतात; त्यांना आपली फारशी आठवण येणार नाही, हे अप्पा जाणून होते.

सगळ्यांनी चहा घेतला.

अप्पा खोलीत गेले.

आपली पिशवी घेऊन बाहेर आले.

"अप्पा, मी सोडतो ना तुम्हाला स्टेशनवर. गाडीत बसवून देतो.'' अनिरुद्ध म्हणाला.

"नाही. ह्या घरापासून माझा एकटा प्रवास सुरू झाला. पण तो एकाकी नाही. तुम्ही आहात ना मनात... मी रिक्षा घेतो. रिझर्व्हेशन झालंय... आता हे सर्व जमलंच पाहिजे ना?''

"अप्पा, सोबत ब्रश–साबण घेतला ना?'' कविता नेहमीप्रमाणे बोलून गेली.

अप्पा नुसतेच हसले.

"निघू?...'' त्यांनी विचारलं

"अप्पा...'' सगळ्यांचेच आवाज भरून आले. अनिरुद्ध, सुधांशू त्यांच्या कुशीत शिरले...

अप्पा त्यांच्या मस्तकावरून हात फिरवत होते.

नेहा त्यांना बिलगली.

"नेहा, माझी गुरू झालीस तू...''

"हो. आधी झाले खरी गुरू; पण काल हरवलंत तुम्ही मला. एका क्षणात शिष्य करून टाकलंत आणि कितीतरी पुढे निघून गेलात...''
तिला रडू येत होतं...त्या रडण्यात समाधानही होतं. आयुष्यभर जीवनापासून भरकटलेले वडील आता जीवनाच्या कक्षेत आले होते.

"अप्पा, जोवर आहात...तो वर जपा...''

"तुम्ही सर्व सांभाळून राहा..."

कविता, मुग्धा पायाशी वाकल्या.

अप्पांनी त्यांनाही जवळ घेतलं.

"सुखी राहा आणि सुखी करा..."

दोघी मुसमुसत होत्या.

अप्पांनी आता सर्व मोह दूर केले.

"येतो मी–" म्हणत त्यांनी पाठ वळवली...क्षणभर दाराच्या उंबऱ्याशी ते थबकले. आजवरचं सर्व आयुष्य राग, लोभ, भय, अपराध ह्या सर्वांसह तिथे उंबऱ्याच्या अलीकडे पाचोळ्यासारखं पडलंय– असं त्यांना वाटलं. आता त्या पाचोळ्यात ना जिवंतपण आहे, ना रस. बोट लावता क्षणी त्याचा चुरा होणार, असा भूतकाळ. इसवीसनाच्या घटनांत अडकलेला.

त्यांनी उंबरा ओलांडला.

पाचोळा आता उंबऱ्यापलीकडेच राहिला. अप्पा अनिश्चित वाटेकडे निश्चयानं चालू लागले.

* * *

सौ. रेखा बैजल, एम. ए. मराठी

प्रकाशित साहित्य	प्रकार
मानस	कथासंग्रह
आकाशओढ	नाटक
देवव्रत	कादंबरी
अग्निपुष्प	कादंबरी
तपस्या	कथासंग्रह
विज्ञानकथा	कथासंग्रह
किडनॅपिंग	विज्ञान कथासंग्रह
युगावर्त	कादंबरी
अंतरिक्षातील शेजारी	कथासंग्रह
आदिम	कथासंग्रह
आदिम	एकांकिका
मम्मी रोबो	एकांकिका
तृप्ता	कादंबरी
प्रकाशाची फुले	बाल कादंबरी
स्वप्नस्थ	कथासंग्रह
भिंत काचेची	नाटक
स्पंदन	कथासंग्रह
जलपर्व	कादंबरी
पक्षी जाय दिगंतरा	कथासंग्रह
शिवार	ग्रामीण कथासंग्रह
निसटते किनारे	कथासंग्रह

प्रकाश शलाका	ललित
नक्षत्र	ललित
क्लोन	विज्ञान कथासंग्रह
अशब्द	कथासंग्रह
प्रस्थान	कादंबरी

समग्र लिखाणासाठी

* स्वातंत्र्य सेनानी चारठाणकर पुरस्कार
* अनंत काणेकर पुरस्कार
* डॉ. अ. वा. वर्टी पुरस्कार
* पुणे मराठी ग्रंथालय पुरस्कार
* कुसुमताई चव्हाण पुरस्कार

इतर

* 'काटा रुते कुणाला' चित्रपटाच्या लेखिका (कलाकार - सोनाली कुलकर्णी, अविनाश नारकर)
* माजी अध्यक्ष - मराठवाडा साहित्य परिषद, जालना
* दूरदर्शन, ई.टी.व्ही. तारा, अल्फा या वाहिन्यांवर कथाकथनाचे कार्यक्रम.
* आकाशवाणी पुणे, औरंगाबाद व परभणी केंद्रावरून नभोनाट्य, कथा व कवितांचे सातत्याने प्रसारण
* गुजरात राज्य पाठ्यपुस्तकांमध्ये विज्ञान कथेचा समावेश.
* 'भिंत काचेची' या नाटकाचे हिंदी भाषांतर 'कांच की दीवार' प्रकाशित.
* इंग्रजी, हिंदी, उर्दू, कन्नड, तेलगू या भाषांमध्ये साहित्याचे भाषांतर.
* मराठवाडा विद्यापीठाच्या बी.ए. व एम.ए. अभ्यासक्रमात कथा व कविता समाविष्ट.
* रेखा बैजल यांच्या समग्र साहित्यावर प्रा. दादासाहेब गिऱ्हे यांचा प्रबंध पी.एच.डी.

* कै. नरहर कुरूंदकर पुरस्कार, कै. बा. सी. मर्ढेकर पुरस्कार राज्य पुरस्कार
* राज्य पुरस्कार, कमलाबाई जामकर व नाथमाधव पुरस्कार, गोवा
* राज्य पुरस्कार
* वि. र. बाम पुरस्कार
* श्री. आगाशे पुरस्कार
* कै. दि. बा. मोकाशी पुरस्कार
* राज्य पुरस्कार
* नद्या जोड प्रकल्पावर आधारित, महाराष्ट्र सिंचन सहयोग पुरस्कार